प्रीतीचा शोध

वि. स. खांडेकर

D9900239

मेहता पब्लिशिंग हाऊस

Please contact us at **Mehta Publishing House,** Pune.

✆ +91 020-24476924 / 24460313

Email : production@mehtapublishinghouse.com

Website : www.mehtapublishinghouse.com

- *या पुस्तकातील लेखकाची मते, घटना, वर्णने ही त्या लेखकाची असून त्याच्याशी प्रकाशक सहमत असतीलच असे नाही.*

PRITICHA SHODH by V. S. KHANDEKAR

प्रीतीचा शोध : वि. स. खांडेकर / कथासंग्रह

Email : author@mehtapublishinghouse.com

© सुरक्षित

मराठी पुस्तक प्रकाशनाचे हक्क मेहता पब्लिशिंग हाऊस, पुणे.

प्रकाशक : सुनील अनिल मेहता, मेहता पब्लिशिंग हाऊस,
१९४१, सदाशिव पेठ, माडीवाले कॉलनी, पुणे - ४११०३०.

मुखपृष्ठ : चंद्रमोहन कुलकर्णी

प्रकाशनकाल : सप्टेंबर, १९५२ / जानेवारी, १९९६ / फेब्रुवारी, २००२ / ऑगस्ट, २००८ / मार्च, २०१४ / पुनर्मुद्रण : मे, २०१६

P Book ISBN 9788177662726

E Book ISBN 9789386342515

E Books available on : play.google.com/store/books
www.amazon.in/b?node=15513892031

माझे आवडते विद्यार्थी
चंद्रकांत बावडेकर
भि. अ. परब
व
अंकुश गावडे
यांच्या कर्तृत्वास...

अनुक्रमणिका

श्री. वि. स. खांडेकरांच्या एकूण १८ कथांचा समावेश असलेला 'प्रीतिचा शोध' हा कथासंग्रह प्रथम १९५२ साली प्रसिद्ध झाला.

नव्या आवृत्तीच्या वेळी, रसिक वाचकांच्या सोयीसाठी आम्ही हेतुत: मूळ कथासंग्रहाचे 'कवि' व 'प्रीतिचा शोध' असे दोन सुटसुटीत कथासंग्रह केले आहेत. या दोन्ही कथासंग्रहातील कथांचा थोडक्यात परिचय 'शोधा'च्या नादात कवि या कथासंग्रहात शेवटी घेण्यात आलेला आहे.

जुन्या व नव्या पिढीतील वाचक श्री. खांडेकरांच्या अन्य पुस्तकांप्रमाणेच या पुस्तकांचेही उत्स्फूर्त स्वागत करतील, ही आम्हांस खात्री आहे.

प्रकाशक

एकशिला

फिरत फिरत मी मनुष्यवस्तीपासून खूप खूप दूर गेलो.

आता एका माळावर मी आलो होतो. टक्कल पडलेल्या म्हाताऱ्याच्या डोक्यासारखा दिसत होता तो. विसावा घेण्याकरता कुठेतरी बसावे म्हणून मी पाहू लागलो. मोठासा दगड कुठेच दिसेना.

शेवटी शोधता शोधता अगदी आडबाजूला पडलेली एक शिला मी पाहिली. मी तिच्यावर बसणार इतक्यात ती आर्जवी स्वराने उद्गारली, ''भल्या माणसा, तुला बसायला उभ्या जगात दुसरी जागा कुठं मिळाली नाही का?''

मी मनात शरमलो.

काही न बोलता मी जाणार होतो.

पण त्या शिलेला काय वाटले कुणाला ठाऊक! ती मघापेक्षाही मृदू स्वराने म्हणाली, ''मित्रा, कृपा करून माझ्यावर रागावू नकोस. मी माणसांना कंटाळून इथं पळून आले आहे. मनुष्य म्हटला की, माझ्या अंगावर काटा उभा राहतो.''

आता माझे कुतूहल जागृत झाले. एका दगडाने मनुष्यजातीवर हवे तसे तोंडसुख घ्यावे याचा रागही आला मला! मी कुर्ऱ्यातच म्हटले, ''तू माणसांना भिऊन इथं पळून आली आहेस, हे मला खरंच वाटत नाही. तुझं पाषाणहृदय पाहून माणसंच तुझ्यावर बहिष्कार टाकून निघून गेली असावीत.''

एक सुस्कारा मला ऐकू आला. तो माळरानावरचा वारा होता की, त्या शिलेचा नि:श्वास होता, कुणाला ठाऊक!

क्षणभराने ती शिला बोलू लागली, ''खूप खूप वर्षं झाली त्या गोष्टीला. मी अशीच रानावनात पडले होते. माणसाचा स्पर्श मला प्रथम झाला तेव्हा माझ्या अंगावर रोमांच उभे राहिले. माझ्या एकटेपणाचा कंटाळा आला होता मला. या विशाल जगात आपण निरुपयोगी आहोत या कल्पनेने माझे मन निराश झाले होते. पण माणसाचा स्पर्श होताच तिथे आशा फुलली. मी त्या माणसाबरोबर मनुष्यवस्तीत

गेले ती नानाप्रकारची स्वप्ने डोळ्यांपुढे नाचवीत. मला वाटले, मी कुठल्यातरी घराची पायरी होईन, वृद्धांना आणि बालकांना चढण्याउतरण्याच्या कामी मदत करीन. माझ्या मनात आले, एखाद्या घराच्या भिंतीला माझा उपयोग होईल. रात्रंदिवस ऊनपाऊस खात मी तिथं राहीन. त्या घरातल्या माणसांचे थंडीवाऱ्यापासून मी संरक्षण करीन. मला भास झाला, कुणीतरी मला उंच उंच जागी ठेवील. मग माझा व्यासपीठासारखा उपयोग होईल. त्या व्यासपीठावर बसून मोठमोठे कवी आपल्या सुंदर कविता गातील. मोठमोठे तत्त्वज्ञ प्रीतीचा आणि शांतीचा जगात प्रसार करतील. पण माझी ती स्वप्नं...''

ती एकदम स्तब्ध झाली.

मी हळूच तिला विचारले, ''त्या माणसानं तुझा कसा उपयोग करून घेतला?''

बाणाने विद्ध झाल्यामुळे चीत्कारणाऱ्या हरिणीच्या स्वरात ती उद्गारली, ''त्या माणसानं मला देव बनविलं!''

१९५०
♋

मृगजळ

सूर्य डोक्यावर आला. उन्हाच्या झळांनी वृक्षवेली मूर्च्छित पडल्या. धरणी सुस्कारे सोडू लागली.

दोन पाडसे तृषाक्रांत होऊन चोहोकडे वणवण हिंडत होती. पण पाण्याच्या गारव्याचा स्पर्श झालेली वाऱ्याची झुळूकसुद्धा त्यांना कुठे भेटेना.

त्यांनी डोळे ताणून दूरदूर पाहिले. क्षितिजापाशी काहीतरी लखलखत होते.

पाणी– पाणीच होते ते! सूर्याच्या किरणांत ते चमकत होते. क्षितिजावरले त्याचे ते मोहक चंदेरी नृत्य– जणूकाही जलदेवताच स्वच्छंद तिथे नाचत होती.

हरिणशावके क्षितिजाच्या रोखाने धावू लागली.

पहिले बाणाच्या वेगाने पळत सुटले. त्याने मधेच मान मुरडून वळून पाहिले. दुसरे फार मागे राहिले होते.

पहिले धावताधावता ओरडून म्हणाले, ''वेड्या, असा रेंगाळू नकोस. तुझ्या या गतीनं तू क्षितिजापाशी पोहोचेपर्यंत ही चंदेरी नदी आटूनसुद्धा जाईल! किती आळशी आहेस तू. क्षितिजावर लखलखणारी ही गंगा– मूर्खा, देवाची कृपा आहे ती. ती केव्हा नाहीशी होईल -''

त्याने निरखून पाहिले. दुसऱ्या हरिणाने आपला वेग अद्यापि वाढविला नव्हता.

पहिले पूर्वीपेक्षाही अधिक वेगाने दौडू लागले. जणूकाही अंतराळातून चमकत जाणारी वीजच.

आकाशाला लागलेला वणवा हळूहळू विझत चालला. राखेच्या ढिगाऱ्यांप्रमाणे दिसणारे काही ढग मावळतीकडे फिरू लागले. पेटलेल्या वृक्षखंडासारखे भासणारे काही मेघही तिथे दिसत होते. पण त्यांच्यातून निघणाऱ्या ज्वालांत आता दाहकता राहिली नव्हती.

दुसऱ्या हरिणाने समोर पाहिले. क्षितिजाची कडा काळ्या रंगाने सारवल्यासारखी झाली. आपण रेंगाळत आलो ही फार मोठी चूक केली असे त्याला वाटू लागले.

इतक्यात कुणाच्यातरी कण्हण्याचा आवाज त्याच्या कानांवर पडला.

त्याने पुढे येऊन पाहिले. ते दौडत आलेले हरीण उरी फुटून पृथ्वीवर पडले होते. त्याच्या उघड्या तोंडातून रक्तबिंदू ठिबकत होते. ते क्षीण स्वरात उद्गारले, ''पाणी, थोडं पाणी!''

दुसऱ्या हरणाचे डोळे भरून आले.

पहिले हरीण जड स्वरात म्हणाले, ''ऐक, नीट कान देऊन ऐक. पाणी-''

दुसरे हरीण ऐकू लागले. दूर कुठेतरी झरा खळखळत होता. खडकावरून उड्या मारताना त्या निर्झराच्या पायातल्या वाळ्यांचा किती मंजूळ आवाज होत होता!

ते आनंदाने आपल्या मित्रापाशी जाऊन म्हणाले, ''गड्या, ऊठ. जवळच पाणी आहे कुठंतरी. चल, ऊठ. वेड्या, इतका वेळ वाऱ्यासारखा धावलास आणि आता-''

पहिल्या हरणाने काहीच उत्तर दिले नाही.

दुसऱ्याने वाकून पाहिले. पहिल्याच्या दृष्टीत शून्यत्व आले होते.

दुसऱ्या हरणाने व्याकूळ होऊन वर पाहिले. आकाशाच्या महालात पावलापावलाला दीप उजळत होते आणि त्याचे स्वागत करण्याकरिता तो झरा मघापेक्षाही मोकळ्या आवाजाने गाऊ लागला होता!

१९५०

♋

कुत्र्याचे पिल्लू

टाळ्यांच्या कडकडाटात श्यामराव खाली बसले. गोड धुंदीच्या लाटांवर त्यांचे मन तरंगू लागले. लहानपणी उन्हाळ्यात भरदुपारी नदीच्या डोहात डुंबताना आपल्याला असाच आनंद होत असे असा विचार त्यांच्या मनात–

नदी कसली? समोर समुद्र पसरला होता. लहानमोठ्या पंचवीस खेड्यांतले हरिजन आले होते सभेला. बायकापोरे, म्हातारेकोतारे, सारे पाच-पाच, दहा-दहा मैलांची वाटचाल करून, भाकऱ्या बांधून घेऊन रात्रीच्या या सभेला हजर राहिले होते. आपल्या जातीचा, आपल्या रक्ताचा, आपल्या पंचक्रोशीत वाढलेला गायकवाडांचा श्याम्या बामणासारखा कसे फाडफाड बोलतो हे पाहायची उत्सुकता असावी त्यांना. ती उत्सुकता श्यामरावांनी तृप्त केली होती.

कुणीतरी आभार मानू लागला. पण श्यामरावांचे लक्ष त्याच्या शब्दांकडे नव्हते. भोवताली पसरलेल्या जनसमूहावरून त्यांनी आपली नजर फिरविली. लहानपणी पाहिलेले पिवळ्या फुलांनी भरलेले तिळाचे शेत त्यांच्या डोळ्यांपुढे क्षणभर उभे राहिले. पाहता पाहता उजव्या कोपऱ्याकडे त्यांची दृष्टी वळली. एकदम एक म्हातारी पुढे आली. लगबगीने श्यामरावांच्या जवळ जाऊन ती म्हणाली, "वळखलं न्हाइस मला तू प्वारा. मी बहिना. तुज्या आयेची शेजारीण. न्हान व्हतास ना तवा माझ्या अंगाखांद्यावर– लई खोड्या करायचास. ढुशा द्यायचास मला वासरागत. तुज्या आयेला दूध नव्हतं तवा–" ती पुढे सांगणार होती. इतक्यात कुणीतरी तिला जोराने मागे ओढले. जाताजाता बोटे मोडून जणूकाही त्याची दृष्ट काढीत ती म्हणाली, "औक्षवन्त हो माझ्या पुता. मंत्री हो– मोठ्ठा मंत्री हो नि या साऱ्या गोरगरिबांना सुखी कर."

मनाच्या कोपऱ्यात निर्माल्य होऊन पडलेली कुठलीतरी चिमुकली फुले क्षणार्धात टवटवली. त्यांच्या मंद सुगंधाची झुळूक श्यामरावांच्या मनाला सुखवीत निघून गेली. मलेरियाने तरुणपणीच म्हातारी झालेली आपली आई त्यांना आठवली. ते

गावाबाहेरचे गळके झोपडे, त्याच्या भोवतालची ती बाभळीची काटेरी झाडे, पावसाळ्यात साचणारी ती अवतीभोवतीची घाणेरडी डबकी, त्यांच्या काठावर बसलेल्या बेडकांना आपण मारलेले ते धोंडे, रात्री कानांशी बँड वाजवीत बसणारे ते डास, आई तापाने कुडकुडू लागली म्हणजे आपल्या घरची कोरभर भाकरी खाऊ घालणारी ती बहिणा मावशी–

त्यांनी उजव्या कोपऱ्याकडे निरखून पाहिले. म्हातारी तिथे कुठे दिसत नव्हती. त्यांना वाटले, आपण एकदम उठावे आणि म्हणावे,

'ही आता पुढे आलेली म्हातारी सामान्य बाई नाही. माझ्या दृष्टीनं देवता आहे ती! तिनं लहानपणी मला–' असे बोलता बोलताच आपण खाली उतरावे, 'बहिणा मावशी, बहिणा मावशी' म्हणून मोठमोठ्याने हाका माराव्यात, म्हातारीने ओ दिली की, तिच्याकडे धावत जावे आणि तिचा हात धरून तिला इथे वर आपल्या शेजारी आणून बसवावे. मग बहिणा मावशी एखाद्या तरण्या पोरीप्रमाणे लाजेल. अगदी आपल्या प्रेमलेप्रमाणे. लग्न होऊन वर्ष झालं तरी प्रौढ प्रेमला अजून एखाद्या पोरीप्रमाणे–

डाव्या मनगटावरल्या घड्याळाकडे त्यांनी झटकन पाहिले. सव्वाबारा झाले होते. प्रेमला आपली वाट पाहत घरी जागी राहिली असेल, कुठल्याही मोटारीचे हॉर्न कानांवर पडताच पलंगावर उठून बसत असेल आणि तुकारामाने दार उघडून 'साहेबांची गाडी नव्ह बाइसाब' असे मोठ्याने म्हटल्याबरोबर फुरंगटून उशीत डोके खुपशीत असेल– त्या चिमुकल्या घड्याळाच्या काचेत ही सारी चित्रे त्यांना दिसू लागली. प्रेमलेच्या नाजूक मादक स्पर्शाची स्मृती त्यांच्या शरीराला गुदगुल्या करू लागली. ते त्या स्पर्शाकरिता आसावले. श्यामरावांचे मन सभेतून भुर्रकन उडून वीस मैलांवरल्या बंगल्यात गेले!

आभार मानणारा मनुष्य स्वत:ला मुख्य वक्ता मानून बोलत आहे की काय हे त्यांना कळेना. इतक्यात 'सौ. प्रेमलादेवी' हे शब्द त्याच्या तोंडातून बाहेर पडले. त्या नावाच्या उच्चारासरशी सभेत टाळ्यांचा कडकडाट झाला. प्रेमला या क्षणी इथे असायला हवी होती असे श्यामरावांना वाटले. आभार मानणारा मुलूखमैदानी वक्ता म्हणत होता, ''सौ. प्रेमलादेवी जातीने ब्राम्हण. मोठ्या ऋषीच्या कुळातल्या. पण आपल्या श्यामरावांनाच माळ घातली त्यांनी. निवडणुकीतसुद्धा त्यांच्या गळ्यात अशीच माळ पडणार, ते आपल्या राज्याचे मुख्यमंत्री होणार, मग पुढे हिंदचे पंतप्रधान होणार–''

वाक्यावाक्याला टाळ्यांचा प्रचंड कडकडाट होत होता. जणूकाही समुद्राच्या भरतीच्या लाटाच किनाऱ्याच्या खडकांवर थाडथाड आपटत होत्या. आभार मानणाराला पुढे बोलणे अशक्य झाले. सीमेपार चेंडू घालवून तो पाहत बसणाऱ्या खेळाडूच्या

ऐटीने तो त्या टाळ्या ऐकत राहिला. श्यामरावांनी टाळ्या वाजविणाऱ्या जनसमुद्रातल्या पुरुषांवरून दृष्टी फिरविली. फाटकी कुडती, विटकी मुंडाशी, ओढलेले, रापलेले, सुरकुतलेले चेहरे! त्यांनी उजवीकडल्या बायकांकडे पाहिले. काहींच्या अंगांत चोळ्याच नसाव्यात. साऱ्या बायका त्रेतायुगातली जुनेरी नेसल्या होत्या. त्यांचे ते वाऱ्याबरोबर अस्ताव्यस्त होणारे केस– मोटारीच्या धुळीने भरलेली रस्त्याच्या कडेची झुडुपेच जणू. आणि त्यांच्या मांड्यांवर झोपलेली, पेंगुळलेली ती अर्धवट नागडी-उघडी पोरे. लंगोटी आणि फाटकी पैरण घातलेला पाच-सहा वर्षांचा तो पलीकडचा पोरगा– श्यामरावांच्या डोळ्यांपुढे आपले बालपण उभे राहिले. कुठल्यातरी कीर्तनाला गेली होती त्यांची आई. देवळाबाहेर झाडाखाली बसली होती ती! तिच्या मांडीवर आपण असेच पेंगळून– अशीच लंगोटी लावून– अशीच फाटकी पैरण घालून–

काळजाच्या आत आत कुठेतरी काहीतरी सलले. खूप खूप दिवस बंद असलेला कुठलातरी तळघरातला दरवाजा करकरला. तो उघडण्याचा प्रयत्न करून पाहावा असे श्यामरावांना वाटले. पण तो उघडून आत जायचे म्हणजे- कुबट हवेचे भपकारे, डोळ्यांत बोट घातले तरी दिसणार नाही असा काळोख, त्या काळोखात–

'वंदे मातरम्'करिता सभा उठून उभी राहिली होती. श्यामरावांनी त्या हजारो लोकांकडे पाहिले. जगातल्या अठराविसे दारिद्र्याचे कुणी मुद्दाम प्रदर्शनच भरविले आहे की काय असा त्यांना भास झाला. समोर, डावीकडे, उजवीकडे– जिकडेतिकडे भकास नजरा दिसत होत्या. ना आशा–ना आनंद, ना वर्तमान–ना भविष्य अशा नजरा.

वंदे मातरम् संपले. श्यामरावांनी निरोप घेण्याकरिता लवून सभेला नमस्कार केला. टाळ्यांचा कडकडाट झाला. श्यामरावांनी वर मान करून पाहिले. सर्वांच्या नजरा त्यांच्यावर खिळल्या होत्या. ढगाळलेल्या आकाशात चांदण्या लुकलुकू लागाव्या तशा त्या दिसत होत्या, त्यांच्याकडे पाहून हसत होत्या.

* * *

अर्धवट तंद्रीत श्यामरावांचे मन हिशोब करीत होते. वीस मैल. फार फार तर अर्धा तास. एकाच्या आत आपण घरी पोहोचू.

घरी पोहोचल्यावर प्रेमलेचा रुसवा काढणे ही काही मोठी कठीण गोष्ट नाही. 'कसं काय मंत्रीणबाई?' असा आपण प्रश्न विचारायचा अवकाश, लगेच तिची कळी खुलेल. स्त्री कितीही शिकली तरी–

ड्रायव्हरने एका वेड्यावाकड्या वळणावर गाडी जोराने वळविली. ती किंचित कलंडली. शेजारचे नगीनदास श्यामरावांच्या अंगावर पडले. दोघांचीही झापड उडाली. नगीनदास ओरडून ड्रायव्हरला म्हणाले, ''सबूर बाबा, सबूर. आपल्या

गाडीमंदी उद्याचे मंत्री आहेत हे विसरू नकोस!''

ड्रायव्हरने गाडीचा वेग कमी केला. श्यामरावांच्या मनात आले, प्रेमला माझ्यासाठी जागत राहिली असेल हे कापडाचा काळाबाजार करून लक्षाधीश झालेल्या या व्यापाऱ्याला कसे सांगायचे? उद्या आपल्यापासून फायदा होईल या आशेने हा आपल्याभोवती नाचतोय. आपली गाडी माझ्या दिमतीला देतोय! त्याला एकच गोष्ट कळते– पैसा. प्रेमबिम...

शहराचे दिवे दुरून लुकलुकू लागले. श्यामरावांच्या पाठीवर थाप मारीत नगीनदास म्हणाले, ''असं भाषण समद्या जन्मात ऐकलं नव्हतं आम्ही. काय शब्द – काय भाषा– हिरेमाणकांची नदी वाहत होती नुसती. ती महात्मा गांधींची गोष्ट– ती एकनाथाची गोष्ट– श्यामराव, हा एकनाथ कोण होता ते एकदा सवडीनं आम्हाला सांगा हं. तुम्ही ते साखरेचं सांगितलं ना? लई नामी होतं ते. साखर खाल्ली नाय म्हणून काय मरायला होतंय? नि ते संततिनियमन का फियमन ते– त्याची तुम्ही केलेली थट्टा आम्हाला फार पसंत पडली. अहो, मुलं म्हणजे देवानं दिलेली फुलं. ती होऊ द्यायची नाहीत म्हणजे काय? फुलांचा चोळामोळा करायचा? छी–छी–छी–!''

काळाबाजार करणारा कापड व्यापारीसुद्धा क्वचित कवी होऊ शकतो असे मनात येऊन श्यामराव स्वत:शीच हसले. नगीनदासाला नऊ मुले होती. तेव्हा त्याची थट्टा करायला ही चांगली संधी आहे असे वाटून ते काहीतरी बोलणार तोच–

फट्... फर्रर्रर्र असा आवाज झाला. ड्रायव्हरने ब्रेक लावून गाडी थांबवली होती. बहुधा टायर पंक्चर झाला असावा.

अर्धा तास तरी खोटी होणार म्हणून नगीनदास ड्रायव्हरवर संतापले. त्यांचा पारा खाली उतरावा म्हणून श्यामराव हसत हसत म्हणाले, ''शेठजी, रुसली नाही तर बाइल कसली आणि अडली नाही तर मोटार कसली? फार फार तर मैलभर असेल गाव आता. मी जातो चालत. मधली वाट आहे एक जवळची!''

''चालत?'' नगीनदास उद्गारले.

''खेड्यात वाढलोय मी शेठजी. शाळेत गेलो तेव्हा सहा वर्षांचा होतो. शाळा करण्यासाठी तीन मैल चालत होतो दररोज तेव्हा. बॅरिस्टर असलो किंवा उद्या मंत्री झालो तरी ते दिवस विसरणार नाही मी!''

बोलता बोलता श्यामराव झपझप चालू लागले. गार वाऱ्याने बाळपणीच्या त्यांच्या आठवणी जाग्या होऊ लागल्या. आपण असेच एकदा रात्री जत्रेला गेलो होतो. एकदा–

त्यांनी वर पाहिले. हळूहळू आभाळ अंधारू लागले होते. एकेक चांदणी काळ्या ढगाआड लपत होती.

त्यांचे मन प्रेमलेच्या भोवती पिंगा घालू लागले. शयनगृहातला तो सुंदर पलंग, तो प्रशांत निळसर प्रकाश, प्रेमलेच्या स्पर्शातली, रक्तातली अणु अणु नाचविणारी ती गोड गोड ऊब–

मधल्या पाऊलवाटेने ते अधिकच जलद चालू लागले. एकदम त्यांना भास झाला. आपल्यामागून कुणीतरी येत आहे. कुणी चोरबीर तर –

त्यांनी वळून पाहिले. एक कुत्र्याचे पिल्लू त्यांच्यामागून लुटुलुटु चालत येत होते. ते क्षणभर थांबले. दोन-तीन महिन्यांचे पोर असावे ते! ते अगदी जवळ आले. त्यांच्या पावलांजवळ येऊन त्यांना हुंगू लागले. निस्तेज पिंगट रंगाचे गावठी पिल्लू होते ते! त्याच्या डोक्यावर मधेच एक काळी रेघ दिसत होती. लहानपणी असलेच एक पिल्लू शाळेहून आपल्यामागे लागून आले. कुत्र्याला खायला कुठले घालायचे म्हणून आई त्याला हाकून देऊ लागली. शेवटी आपला हट्ट पुरविण्यासाठी तिने ते ठेवून घेतले, ही गोष्ट त्यांना आठवली.

आभाळाच्या गुहांतली हिंस्र श्वापदे गुरगुरू लागली. पाऊस सुरू व्हायच्या आत घर गाठले पाहिजे म्हणून श्यामराव भरभर चालू लागले. ते मोठ्या रस्त्याला येऊन मिळाले. त्यांनी वळून पाहिले. ते पिल्लू मागून येतच होते.

त्यांना रघुवंशाच्या दुसऱ्या सर्गाचे पहिले श्लोक एकदम आठवले. सुदक्षिणा राणी कामधेनूच्या सेवेसाठी पतीमागून वनात जायला निघते. तेव्हाचे वर्णन करताना कालिदासाने किती सुंदर उपमा दिली आहे. श्रुतेरिवार्थं स्मृतिरन्वगच्छत्. अगदी तस्से हे कुत्रे आपल्यामागून–

छे! आपल्यामागून अशी आयुष्यभर येणारी व्यक्ती उभ्या जगात एकच आहे– प्रेमला!

प्रेमला आणि कुत्रे– या दोन्हींचा काय संबंध आहे? छे! या निवडणुकीच्या भाषणांनी आणि जाग्रणांनी आपल्या मनावर फार ताण पडला आहे. त्यामुळे या असंबद्ध कल्पना –

ते पिल्लू एकदम केकाटले.

श्यामरावांनी मागे वळून पाहिले. रस्त्याच्या कडेला झोपलेले एक भलेमोठे कुत्रे मान वर करून पाहत होते. त्यामुळे ते पिल्लू भ्याले असावे. टुणुटुणु उड्या मारीत ते त्यांच्याजवळ आले. आपली इवलीशी शेपटी हलवीत जीभ बाहेर काढून त्यांचा पाय चाटण्याचा ते प्रयत्न करू लागले.

आता बंगला अगदी हाकेच्या अंतरावर आला होता. हे पिल्लू तिथपर्यंत आपला पाठलाग करणार की काय, हे त्यांना कळेना. ते लहानपणीचे पिल्लू– सारी पिल्ले सारखीच असतात–

श्यामरावांनी रस्त्याच्या कडेचे दोन-तीन मोठे खडे चटकन उचलले आणि ते

त्या पिल्लाच्या रोखाने मारले. ते एकदम जागच्या जागी थांबले. याच क्षणी लख्खन वीज चमकली. त्या थांबलेल्या पिल्लाचे गोंधळलेले डोळे त्यांना दिसले. हा चांगला माणूस आपल्याला दगड का मारीत आहे, हा प्रश्न ते स्वत:ला विचारीत असावे! जणूकाही त्याला उत्तर देण्याकरिता श्यामराव मनात म्हणाले, 'तुझ्यासारखं गावंढळ कुत्रं प्रेमलेला आवडणार नाही. माझ्या हौसेसाठी तिने घरात अल्सेशियन कुत्रा बाळगला आहे. रेशमी अंगाची पांढरीशुभ्र कुलंगी कुत्री आणून तिने आपली हौस भागवून घेतली आहे. शिकलेल्या मंडळींत जसा अडाणी मनुष्य, श्रीमंत माणसांत जसा गरीब मनुष्य तसे तू इथं –'

त्यांनी घाईघाईने घंटा वाजविली.

दार उघडायला स्वत: प्रेमला आलेली पाहून त्यांना आश्चर्य वाटले. त्यांनी प्रश्न केला, "तुकाराम कुठं आहे?"

"त्याच्या बायकोच्या पोटात दुखायला लागलं, तिला घेऊन हॉस्पिटलात गेलाय तो!"

"आणि श्रीपती?"

"तो डाराडूर झोपलाय."

"पोर आहे अजून" असे पुटपुटत ते आत पाऊल टाकणार तोच आपल्या पायांत काहीतरी अडमडतंय असे त्यांना वाटले. त्यांनी पाहिले– होय, ते मघाचे पिल्लूच होते. फाटकात शिरून पायऱ्या चढून ते केव्हा वर आले हे त्यांचे त्यांनाच कळले नाही.

त्यांचा कुत्रा मोठमोठ्याने भुंकू लागला. त्याचे भुंकणे ऐकताच ते पिल्लू गडबडून किंचित मागे सरले. कुत्र्याचे भुंकणे आणि ढगांचे गडगडणे यांची जणूकाही स्पर्धा लागली.

इतक्यात प्रेमलाबाईंची नजर त्या पिल्लावर पडली. त्यांनी हसत प्रश्न केला, "हे रत्न कुठनं पैदा केलं?"

"रत्नं चालून येतात माझ्याकडं. मला ती पैदा करावी लागत नाहीत!" पत्नीकडे रोखून पाहत श्यामराव उद्गारले.

"बरं बरं!" असे मान वेळावून म्हणत पुन्हा आत येऊ लागलेल्या पिल्लाच्या अंगावर प्रेमलाबाई खेकसल्या, "हडी, हडी. लंगडं नि गावदरीत चरेना!"

पिल्लू चपळाईने दोन-तीन पायऱ्या उतरून खाली गेले. मग पुन्हा टक लावून ते श्यामरावांकडे पाहू लागले. ते काहीतरी म्हणणार होते. पण प्रेमलाबाईंनी धाडकन दरवाजा लावला आणि त्या अंतर्गृहाकडे वळल्या.

* * *

श्यामराव जागे झाले. होय, कुत्र्याच्या पिलाचाच आवाज असावा तो! आपणाला अद्यापि झोप लागलीच नाही की काय हे त्यांना क्षणभर कळेना. मग सारे त्यांच्या लक्षात आले. प्रेमलेने दरवाजा लावताच त्या पिल्लाने भुंकायला सुरुवात केली. पहिल्यांदा साध्या सुरात, मग उच्च स्वरात. थोड्या वेळाने ते गळा काढून चित्रविचित्र हेल काढू लागले. प्रेमला रागारागाने बाहेर गेली आणि त्या पिलाला फाटकाबाहेर हाकलून देऊन परत आली. ती परत येते न येते तोच विजांचा चमचमाट सुरू झाला. लगेच मुसळधार पाऊस कोसळू लागला. आपण सभेची सारी हकिकत प्रेमलेला सांगितली. ती ऐकून ती कशी फुलून गेली. आणि मग– मग तिच्या केसांच्या त्या मंदमधुर सुगंधावर तरंगत आपण स्वप्नसृष्टीत प्रवेश केला. तिथे फाटकी लुगडी नेसलेल्या, केसांच्या जटा झालेल्या, भकास दृष्टीने कुठेतरी पाहणाऱ्या ओबडधोबड बायकांना मज्जाव होता. एकटी प्रेमलाच विविध मोहक रूपे धारण करून तिथे नाचत होती. तिचा तो मानेवर रुळणारा सैल अंबाडा, तिच्या गोऱ्यापान अंगाला शोभून दिसणारी ती चंद्रकळा, तिचे मोहक कटाक्ष–

सभेतल्या त्या वातावरणाने आपल्याला नकळत लहानपणाच्या आठवणी व्हायला लागल्या होत्या. मनात काहीतरी सलल्यासारखे होत होते. पण प्रेमलेची स्वप्नसृष्टीतली ती रूपे पाहून तो सारा उदासपणा गेला. मन प्रफुल्ल झाले. मात्र ज्या स्वप्नसृष्टीने ही सुंदर रूपे दाखविली तिनेच त्या कुत्र्याच्या पिलाचा केविलवाणा आवाजही आपल्याला ऐकविला.

श्यामराव दचकले. तो आवाज स्वप्नातला नव्हता. ते छोटे कुत्रे खरोखरच बाहेर ओरडत होते. आता विव्हळल्यासारखा त्याचा आवाज येत होता. खूप वेळ ओरडून ते बहुधा थकून गेले असावे!

त्याच्या ओरडण्याकडे लक्ष द्यायचे नाही असा निश्चय करून ते कुशीवर वळले. प्रेमला गाढ झोपली होती. प्रशांत निळसर प्रकाशात तिच्या सुंदर मुखमंडलाकडे श्यामराव पेंगुळलेल्या डोळ्यांनी पाहत होते आणि कानांनी कुत्र्याचे केकाटणे ऐकत होते. दहा-वीस क्षण असे गेले आणि एकदम त्यांच्या मनात आले, ते बिचारे पिल्लू तरी दुसरं काय करतंय? जे आपण सारे करीत आहो तेच ना! मंत्री होण्याच्या आशेने ज्या पक्षाची मते बुद्धीला पटत नाहीत त्याला आपण मिळालो आहो. ही प्रेमला– अनेकांच्या मागण्या झिडकारून या सुंदर मास्तरणीने आपल्याशी लग्न केले ते काय केवळ प्रेमामुळे की, पुढेमागे स्वत:ची महत्त्वाकांक्षा तृप्त होईल या खात्रीमुळे? येत्या निवडणुकीनंतर श्यामराव खास मंत्री होणार असे लोक म्हणू लागले तेव्हाच ती माझी सलगी सहन करू लागली. त्यापूर्वी–

हा विचित्र विचार मनात येताच श्यामरावांना कसेसेच वाटले. त्यांना प्रेमलेच्या सुंदर मुखमंडलाकडे पाहवेना. ते दुसऱ्या कुशीवर वळले आणि झोपी जाण्याचा

प्रयत्न करू लागले. पण त्या पिलाचे चित्रविचित्र कर्णकटू सूर त्यांना कितीतरी वेळ झोप येऊ देईनात.

शेवटी त्यांचा डोळा लागला. पुन्हा त्यांचे मन स्वप्नसृष्टीत शिरले. पण आता तिथं प्रेमलेसारखी सुंदर अप्सरा कुठे दिसेना. एक दात पडलेली म्हातारी पुढे आली. अरे बापरे! ही तर बहिणा मावशी! तिच्याकडे त्यांना पाहवेना. त्यांनी डोळे मिटून घेतले. इतक्यात कुणीतरी कर्कश स्वरात ओरडले, 'एकनाथानं तहान लागलेल्या गाढवाला पाणी पाजल्याची गोष्ट मघाशी आम्हाला सांगत होता राव. मग कुत्र्याच्या पिलाला का कोकलत ठेवलंयत बाहेर?' त्याचे शब्द हवेत विरले न विरले तोच कितीतरी कुत्री एकदम गळे काढून रडू लागली. एक-दोन नव्हेत. शेकडो-हजारो. त्यांच्या रडण्यातून अस्पष्ट शब्द ऐकू येऊ लागले, 'आम्ही गावंढळ कुत्री असलो तरी आम्हालाही जगण्याचा हक्क आहे. आम्ही आत येणार, तुमच्या बंगल्यात शिरणार-शिरणार-शिरणार.' श्यामरावांनी डोळे उघडून पाहण्याचा प्रयत्न केला. ती कुत्री नव्हती. रात्रीच्या सभेतील माणसे होती ती! बायकापोरे, म्हातारेकोतारे, पाच-पाच दहा-दहा मैल वाटचाल करून आपल्या श्याम्याचे भाषण ऐकायला आलेली त्याच्या जातीची, त्याच्या रक्ताची माणसे. पण सारी थकलेली, सुरकुतलेली, रापलेली, भकास नजरा असलेली. ना आशा– ना आनंद, ना वर्तमान– ना भविष्य असे त्यांचे जीवन. फाटक्या कुडत्यांची, विटक्या मुंडाशांची, शिवलेल्या जुनेरांची, लाज झाकायला चोळी नसलेल्यांची ती सभा– त्या सभेतले प्रत्येक माणूस त्या कुत्र्याच्या पिलाप्रमाणे केविलवाण्या नजरेने त्यांच्याकडे बघत होते. प्रत्येकाची ती नजर विचारीत होती, 'श्यामराव, आम्ही कधी रे सुटणार या नरकातून? तू सुटलास, पण आम्ही? न गळणाऱ्या घरात आम्हाला कधीतरी राहायला मिळेल का? दोनवेळा पोटभर अन्न केव्हा रे पदरात पडणार आमच्या? तू लहानगा श्याम्या होतास तेव्हा आम्ही असेच होतो. श्याम्या बॅरिस्टर श्यामराव झाला तरी आम्ही असेच राहिलो आहो. उद्या तू मंत्री होशील तेव्हासुद्धा आम्ही असेच राहणार का रे? एवढा गांधीबाबा आला आणि गेला, पण आम्ही– आम्ही जिथल्या तिथेच आहोत रे राजा. तूच–तूच सांग आम्हाला, हे कधी बदलणार? कधी? कधी? कधी?

श्यामराव दचकून जागे झाले. ते गोंधळून गेले होते. त्यांनी वळून पाहिले. प्रेमला कान देऊन काहीतरी ऐकत होती. बाहेर कुत्र्याच्या पिलाचे ओरडणे अजून चालूच होते. त्यांना ते ऐकवेना. त्यांनी कानांत बोटे घातल्यासारखे केले.

झोपमोड झाल्यामुळे प्रेमला चिडली होती. ती स्वत:शीच पुटपुटली, 'काय कटकट आहे मेली या कुत्र्याच्या पिलाची!'

ती रागारागाने बाहेर गेली.

* * *

श्यामराव सकाळी जागे झाले तेव्हा शयनगृहात सूर्याचे किरण हसत प्रवेश करीत होते. चहा घेऊन आलेली प्रेमला म्हणाली, ''जागे झालात वाटतं? नाहीतर झोपेतच चहा पाजणार होते मी तुम्हाला!''

श्यामराव नुसते हसले. कोपऱ्यातल्या मोरीत चूळ भरून त्यांनी चहाचा पेला तोंडाला लावला. त्या उनउनीत घुटक्यांनी अपुऱ्या झोपेमुळे आंबलेल्या त्यांच्या शरीराला हुशारी वाटू लागली. एकदम त्यांना त्या पिलाची आठवण झाली. ते गरीब बिचारे कुत्र्याचे पिल्लू रात्रभर बाहेर पावसात भिजत, कुडकुडत राहिले असेल, त्यालासुद्धा उबेची आणि मायेची जरुरी आहे असे मनात येऊन ते म्हणाले, ''माझं ऐकशील का एक?''

''हं. पण एका अटीवर. सांगू?''

''आज्ञा राणीसाहेब!''

''काल आमच्या महिला मंडळाचा करमणुकीचा कार्यक्रम होता. तिथं किनई त्या नव्या डॉक्टरांची बायको आली होती. मला टोमणा मारण्याकरिता ती म्हणाली, 'प्रेमलाबाईंच्या कानांत हिऱ्याच्या कुड्या आता लवकरच दिसू लागतील हं!' तुम्ही निवडून येणार नि मंत्री होणार म्हणून या साऱ्या लोकांच्या पोटात दुखायला लागलंय. तेव्हा त्यांच्या नाकावर टिच्चून मी त्यांना दाखविणार आहे–''

''काय?''

''हिऱ्याच्या कुड्या घ्यायची आजसुद्धा आम्हाला शक्ती आहे हे!''

'बरं बुवा!'' श्यामराव निम्मा पेला संपवीत उद्गारले.

''आता माझी मागणी ऐका!''

''बोला.''

''ते कुत्र्याचं पिल्लू– रात्री माझ्यामागून आलं होतं ते–''

प्रेमला काहीच बोलत नाही असे पाहून ते गोंधळून पुढे म्हणाले, ''ते थकून बाहेर कुठंतरी कुडकुडत पडलं असेल. अगदी उपाशी असेल बिचारं. त्याला घरात आणू या– दूध घालू या का? बोलत नाहीस?''

प्रेमला दुसरीकडे पाहू लागली.

''माझ्यासाठी एवढंसुद्धा–'' लगेच त्यांच्या मनात आले, बहिणा मावशीच्या घरी सून म्हणून नांदायची पाळी हिच्यावर आली तर ही एक दिवस तरी तिथं राहील का? माझ्यासाठी म्हणून तरी त्या साऱ्या अडाणी, दरिद्री माणसांवर प्रेम करील का?

श्यामराव संतापले. ते एकदम ओरडले, ''माझ्यासाठी स्वतःच्या मनाविरुद्ध एवढी लहानशी गोष्ट करणंसुद्धा तुला जड जातंय.''

प्रेमला चाचरत म्हणाली, ''पण-''

"पण काय?" श्यामराव किंचाळले.

"ते पिल्लू- ते पिल्लू मेलं!"

"मेलं? केव्हा? कुठं? कसं?"

"रात्री फार त्रास द्यायला लागलं ते. तेव्हा श्रीपतीला उठवून शेजारच्या खाणीतल्या पाण्यात त्याला बुडवायला सांगितलं मी!"

"बुडवायला?" एवढा शब्द श्यामरावांच्या तोंडातून बाहेर पडतो न पडतो तोच त्यांच्या हातातला पेला सुटला आणि खळकन खाली पडला. प्रेमलाबाईंच्या सुंदर पातळावर चहाचे डागच डाग पडले.

खाली नजर लावून त्या फुटलेल्या पेल्याच्या तुकड्यांकडे श्यामराव वेड्यासारखे पाहत राहिले.

ते काय पाहत आहेत हे प्रेमलेला कळेना!

१९५०

कलावंत

''दोन कोल्हापूर- इंटर'' मी खिडकीपाशी वाकून हातातली पाच रुपयांची नोट पुढे करीत घाईघाईने म्हटले.

''इंटर नव्हे – सेकंड! तुम्ही अजून जुन्या जमान्यात वावरताय वकीलसाहेब.'' हात लांब करून दोन तिकिटे कपाटातून काढून घेताघेता मास्तर उद्गारले.

केव्हाकेव्हा थट्टेच्या पोटीच सत्य लपलेले असते. आताचा प्रसंग तसाच होता. खरोखरच माझे मन भूतकाळात भ्रमण करीत होते.

ते झाले असे. कोल्हापूरला जायला मी निघालो तो बायकोची चुलत मावशी आजारी होती म्हणून! तिला एकदा भेटून यावे असे सौभाग्यवतीने माझ्यामागे कितीतरी दिवस टुमणे लावले होते. प्रसंगी पुरुषाला सरकारी हुकूम मोडता येईल, सावकाराचे कर्ज बुडविता येईल; पण बायकोचा शब्द मोडणे? अं हं! ते मात्र कालत्रयी शक्य नाही. तिचा शब्द जर खाली पडू दिला तर– तर काय होईल? कशाला हवेत ते तर्ककुतर्क? पत्नीचा शब्द हा ॲटमबॉम्ब आहे, तो काही केल्या या पृथ्वीवर पडू देता कामा नये, हे प्रत्येक पती पूर्णपणे जाणून असतो. मीही काही या नियमाला अपवाद नव्हतो.

पण स्टेशनवर जाण्याकरिता मी टांग्यात बसलो मात्र! उभ्या जन्मात दोन-तीनदा पाहिलेली अर्धांगीची ती चुलत मावशी आजारी आहे ही गोष्ट मी अजिबात विसरून गेलो. माझ्या मनात दुसरेच विचारचक्र सुरू झाले. आता कोल्हापूरला जायचे म्हणजे श्रीला भेटलेच पाहिजे. गेले सहा महिने प्लॅस्टरमध्ये ठेवलेली त्याची बायको, त्याचे किराणा मालाचे दुकान, एकेकाळी प्रेक्षकांच्या टाळ्यांच्या कडकडाटात रंगभूमीवर प्रवेश करणारी पण आता रस्त्याच्या कडेने एखाद्या नवख्या मुशाफिराप्रमाणे चालणारी त्याची मूर्ती– हे सारे आपल्याला डोळ्यांनी पाहायलाच हवे. इतके दिवस त्याच्या पत्रांतून हे सारे आपण वाचीत होतो. पण आता ते डोळ्यांनी पाहणे म्हणजे– ग्रहण लागलेल्या चंद्र–सूर्याकडे पाहू नये हा आपल्या संस्कृतीतला दंडक

किती अर्थपूर्ण आहे!

स्टेशन येईपर्यंत असल्या विचारांनी माझे मन झाकळून गेले होते. त्यामुळेच तिकिटे मागताना माझ्या तोंडातून 'दोन कोल्हापूर– इंटर' हे शब्द निघून गेले.

गाडी सुरू झाल्यावरसुद्धा त्याच विचारांनी माझा पाठपुरावा केला. त्या जुन्या आठवणींच्या चक्रव्यूहात शिरण्याचा मार्ग मला माहीत होता. पण त्यातून बाहेर कसे पडावे हे मात्र काही केल्या मला कळेना!

राहूनराहून माझ्या मनात येत होते, एखाद्याची जन्मभर पारध करण्यात दैवाला विशेष आनंद का व्हावा? काहीकाही माणसांना दुसऱ्याला छळल्यावाचून राहवतच नाही. इतरांच्या दु:खांतूनच त्याची सुखे जन्माला येतात! दैव स्वभावत: असेच विकृत आहे काय? ते तसे नसते तर—

बिचारा श्री! लहानपणी आईबापांचे सुख नाही! बाप तामसी, आई कजाग. अवघ्या पंधराव्या वर्षी तो घरातून बाहेर पडला. रस्त्याने जाणाऱ्या एखाद्या वात्रट पोराने दगड मारून झाडावरची कैरी खाली पाडावी तशी त्याची स्थिती झाली. पुढे मोठ्या कष्टाने तो रंगभूमीवर चमकू लागला. पण त्याचा थोडासा बोलबाला होतो न होतो तोच नाटकाच्या धंद्याला उतरती कळा लागली. एखाद्याने स्वत:चा जीव धोक्यात घालून उंच उंच फांदीवर चढावे आणि अकस्मात वादळाने ती फांदी कडाडून मोडून पडावी तसाच तो अपघात श्रीला जाणवला. पुढे दोन-चार चित्रपट कंपन्यांत त्याला थोडेसे काम मिळाले. पण एका उन्मत्त दिग्दर्शकाने 'गणपतराव जोशी आजारी असताना हॅम्लेटचे काम करून तुम्ही त्यांच्याकडून शाबासकी मिळविली होती असं तुम्ही ज्याला त्याला सांगता, पण मला या साऱ्या थापा वाटतात! हॅम्लेटला स्मशानात खड्डा खणणारे चार-दोन मजूर लागतात. त्यातली एखादी भूमिका तुम्ही करीत असाल, जरा नीट आठवून पाहा.' असा त्याचा उपमर्द करताच त्याने चित्रपटाचे नाव सोडून दिले! आणि मला 'जगावे का मरावे?' हे स्वगत म्हणताना प्रेक्षकांना मंत्रमुग्ध करणारा हा कलावंत कोल्हापुरात दोन खणी दुकानात बसून हिंग–जिरे विकू लागला. दुष्ट दैवाचे एवढ्यानेही समाधान झाले नाही. नुसत्या नेमबाजीच्या आनंदाने शिकारी थोडाच संतुष्ट होतो? हरणाचे लुसलुशीत मांस आणि त्याचे कमावलेले कातडे यांचा लोभही त्याला असतोच ना? श्रीच्या मागे हात धुऊन लागलेल्या दैवाची अशीच स्थिती झाली होती. त्याने पुढे त्याच्या बायकोकडेही आपली कृपादृष्टी वळविली!

प्लॅस्टरमध्ये ठेवलेली ती त्याची पत्नी, ते किराणा मालाचे दोन खणी दुकान, धड लहान नाहीत नि धड मोठी नाहीत अशा चार मुलांचा आजच्या महागाईतला तो प्रपंच– माझ्या मनात आले, हे सारे असेच चालू राहिले तर एखादे दिवशी श्री वेडा होईल. विविध भाव सूक्ष्मतेने दाखविणारे त्याचे ते डोळे– हॅम्लेट, सुधाकर,

मॅक्बेथ, रामशास्त्री, लिअर यांच्या प्रक्षुब्ध भावनांची एका दृष्टिक्षेपाने प्रेक्षकांना प्रचिती आणून देण्याची त्याची अलौकिक शक्ती– हजारो भाल्यांची टोके एकत्र करणाऱ्या कालचक्राच्या क्रूर फेऱ्यांतूनही ती शाबूत राहील? छे! कलावंताचे अंत:करण जात्याच कोमल असते. त्याच्या भावना म्हणजे जणू जाईजुईची फुले! तळहातावर अधिक काळ राहिली तर तिथल्या उष्णतेनेसुद्धा ती करपून जायची! पण ही चिमुकली नाजूक फुले दैवाने धगधगत्या यज्ञकुंडाजवळ आणून ठेवली. त्या कुंडातल्या अग्नीत प्रतिदिनी नवीनवी आहुती पडत आहे. अशा स्थितीत त्या फुलांचा सुगंध आणि त्यांची सुकुमारता कायम राहणे...

पुढचा विचार मला दु:सह झाला. श्रीच्या त्या चिरपरिचित दृष्टीऐवजी एका वेड्याची भकास नजर आपल्याकडे रोखून पाहत आहे असा मला भास झाला. निग्रहाने मी श्रीला विसरून जाण्याचा प्रयत्न करू लागलो.

मी खिडकीतून बाहेर पाहिले. एखाद्या बालकाला खेळताखेळता खेळण्याच्या पसाऱ्यातच झोप लागावी त्याप्रमाणे सभोवतालची सृष्टी दिसत होती. रजनी हलक्या हाताने तिच्या अंगावर अंधाराची चादर घालीत होती. त्या चादरीवर काढलेली ती असंख्य सुंदर फुले— मी टक लावून आकाशातील तारकांकडे पाहू लागलो.

आणि लगेच मला श्रीची तीव्रतेने आठवण झाली...

* * *

पस्तीस वर्षांपूर्वीची ती विचित्र रात्र! त्या रात्री आम्ही दोघे नदीच्या घाटावर उदास मनाने स्तब्ध बसलो असताना या चांदण्या अशाच हसत होत्या, चमकत होत्या, नाचत होत्या. श्रीच्या वडिलांनी त्या रात्री त्याला घरातून हाकलून दिले होते. 'पुन्हा तुझं तोंड पाहणार नाही' म्हणून त्याला बजावले होते त्यांनी! दोनअडीच वाजता तो आमच्या घरी आला. मी सोप्यावर झोपतो हे त्याला ठाऊक होते. त्याने दारावर टकटक केले. मी दार उघडले. तोंडावर बोट ठेवून गप्प बसण्याविषयी त्याने खुणावले. मी दाराला बाहेरून कडी लावली आणि मुकाट्याने त्याच्या मागून चालू लागलो. पाच मिनिटांत आम्ही घाटावर आलो. तिथे बसून श्री मुकाट्याने आसवे ढाळू लागला. काय झालेय हेच मला प्रथम कळेना! थोड्या वेळाने त्याने आपला उजवा गाल मला दाखविला. मंद प्रकाशातही किंचित सुजल्यासारखा तो दिसत होता. त्याच्यावर उठलेली पाच बोटे मला स्पष्ट दिसली...

त्या रात्री गावात शाहूनगरवासी मंडळीचे शेवटचे नाटक होते. श्रीने वडिलांना न विचारता त्यांच्या खिशातून दोन आणे घेतले आणि घरात निजानीज झाल्यावर तो चोरून नाटकाला गेला. मध्यरात्री त्याची धाकटी बहीण स्वप्नात भिऊन किंचाळली असावी. तिला तशी सवय होती. अशावेळी झोपमोड झाली म्हणजे

तोंडाला येतील त्या शिव्या द्यायचे काम तेवढे त्याची आई करी. पण आपले अंथरूण सोडून ती सहसा उठत नसे. ते काम त्याच्या वडिलांनाच करावे लागे. त्या दिवशीही तसेच झाले असावे. त्या पोरीला गप्प करण्याकरिता ते तिच्याजवळ येऊन बसले असावेत. ती मुसमुसत झोपी गेली तेव्हा पलीकडचे श्रीचे अंथरूण रिकामे आहे हे त्यांच्या लक्षात आले असावे. तो कुठे गेलाय ते त्यांना कळेना! ते त्याची वाट पाहत राहिले. आणि जेव्हा तो नाटकाहून परत आला तेव्हा...

श्री नि मी एकाच वयाचे! दोघेही पाचवीत होतो तेव्हा. त्याने वडिलांना न विचारता त्यांच्या खिशातले दोन आणे काढायला नको होते, त्यांची परवानगी न घेता नाटकाला जायचा मोह टाळायला हवा होता हे मला कळत होते. त्या रात्री ते त्याला सुनावणे माझे कर्तव्य होते, पण समुद्रावर उठणाऱ्या उंच उंच लाटा जशा किनाऱ्यापाशी येऊन फुटतात आणि तिथूनच मागे परततात, तशी त्यावेळी माझ्या विचारांची स्थिती झाली. शब्दरूप धारण करून ते माझ्या ओठांपाशी येत, आता दुसऱ्याच क्षणी ते बाहेर पडतील असे मला वाटे. पण लगेच ते शब्द गोंधळून जात. पुढल्याच क्षणी मनातल्या मनात विरू लागत!

असे होण्याचे कारण एकच होते. श्रीच्या वडिलांची आमच्या गावात बदली होऊन दोन वर्षे झाली होती. मामलेदार कचेरीत का असेच कुठेतरी कारकून होते ते. या दोन वर्षांत श्रीची आणि माझी विलक्षण गट्टी जमली. ती जमण्याचे कारण मोठे मजेदार होते. ते म्हणजे मिसरूड न फुटलेल्या आम्हा दोघा पोरांना असलेले नाटकाचे वेड! मात्र त्याच्या वेडाची नि माझ्या वेडाची जात निराळी होती. वडिलांच्या नावावर वाचनमंदिरातून नाटके आणायची आणि त्यांची पारायणे करीत सुटायचे हा माझा नाद होता. त्यावेळी नाटककार व्हायची स्वप्ने माझ्या डोळ्यांपुढे तरळत होती. श्रीचे लक्ष माझ्यासारखे सुंदर भाषा किंवा कोट्या-कल्पना यात रमत नसे. मधल्या सुट्टीत मोठमोठ्या नटांच्या नामांकित भूमिकांचा अभिनय तो आम्हाला करून दाखवी. तो त्याला कितपत साधे कुणाला ठाऊक! पण तो मास्तरांच्या नकला करून दाखवू लागला की, नवरस मुलांपुढे हात जोडून उभे राहत. तो तालीममास्तरांची नक्कल करू लागला की, आम्ही वीररसात डुंबत आहो असा आम्हाला भास होई. एक डोळा अर्धवट मिटून विड्याच्या पिंकेमुळे लुडब्या होणाऱ्या शब्दांनी गणित शिकविणाऱ्या मास्तरांचे सोंग त्याने काढले की, आम्हा कुमार-प्रेक्षकांत हास्याचा हलकल्लोळ उडे! आणि मुरके मारीतमारीत शिकविणारे आमचे इंग्लिशचे शिक्षक श्री अगदी मूर्तिमंत आमच्यापुढे उभे करी!

पण त्याच्या या गुणांचे कौतुक करणारे त्याच्या घरी कुणीच नव्हते. त्याची आई वाऱ्याशी भांडणारी होती. त्यामुळे तो तिच्या वाऱ्यालाही उभा राहत नसे. वडीलही नेहमी कचकच करायचे. तो चौथीत गणितात नापास झाला तेव्हा मन

रमविण्याकरिता माझ्याकडून एक नाटक घेऊन त्यातली भाषणे पाठ करू लागला. बहुधा हॅम्लेटच असावे ते! त्याच्या या नव्या उद्योगाचा वडिलांना लवकरच पत्ता लागला आणि मग आठ-पंधरा दिवस त्यांनी त्याला असे धारेवर धरले...

ती हकिकत सांगताना श्री अतिशय चिडखोरपणाने बोलला होता. पण पुढे सुमारे वर्षाने वडिलांनी फाडफाड थोबाडीत मारून घराबाहेर काढल्यामुळे घाटावर दातओठ खात तो जे बोलला– त्या शब्दांत नुसता त्वेष नव्हता, त्यात द्वेषही होता. वडील आपले पूर्वजन्मीचे वैरी आहेत, अशी जळजळीत भावना त्याच्या शब्दांतून उसळत होती. 'हे वडील कसले? कसाई आहेत, कसाई!' शेवटी वेड्यासारखे डोळे फिरवीत तो कर्कश स्वरात म्हणाला होता, 'पोरं म्हणजे कसाईखान्यातली कोकरं वाटतात यांना! नाही, मी यांची सुरी मुकाट्यानं मानेवर चालू देणार नाही. उपाशी मरेन! पण– या चांदण्यांच्या साक्षीनं, या नदीच्या साक्षीनं मी तुला सांगतो-'

इंजिनाने मोठी कर्कश शीट घातली. बावटा पडला नसल्यामुळे कुठल्यातरी स्टेशनाबाहेर खोळंबून राहायची पाळी गाडीवर आली होती. त्या आकस्मिक कर्णकठोर आवाजाने झाडावरल्या पाखरांची झोप चाळवली. त्यांच्या पंखांचा अस्पष्ट फडफडाट मला ऐकू आला.

दुसऱ्याच क्षणी माझे मन पुन्हा श्रीकडे वळले. तोही असाच फडफडाट करीत त्या रात्री आपल्या घरट्यातून उडून गेला. पुढची तीन-चार वर्षे त्याने मोठ्या कष्टात काढली. पुढे गणपतराव जोश्यांच्या नजरेला तो पडला. त्यांच्या बरोबरीने त्यांच्या कंपनीत तो कामे करू लागला. एकदा पुण्यात गणपतराव अचानक आजारी पडले. 'हॅम्लेट' बंद ठेवायची पाळी आली तेव्हा श्री धीराने पुढे झाला. त्या रात्री त्याने 'हॅम्लेट' होऊन रंगभूमी गाजविली, गणपतरावांकडून शाबासकी मिळविली. तेव्हा मी पुण्याला कॉलेजमध्ये होतो. ते श्रीचे कर्तृत्व पाहण्याची संधी मलाही सुदैवाने मिळाली. नाटक संपल्यावर त्याला भेटल्यावाचून खोलीवर परत जाणे मला बरे वाटेना! मी त्याचे अभिनंदन केले तेव्हा तो म्हणाला, ''एका प्रेमळ स्पर्शात केवढी जादू असते रे! 'जगावं का मरावं'चा प्रवेश संपल्यावर मी विंगमध्ये आलो तेव्हा गणपतरावांनी माझ्या पाठीवर शाबासकीची थाप मारली. त्या एका स्पर्शानं मला लाख पंख फुटले. वडिलांची गालावरली ती पाच बोटं आणि गणपतरावांची ही पाठीवरली थाप यांच्यातलं अंतर– जाऊदे ते! वडीलही गेले. मी आता मोठा नट होणार, मोठा कलावंत होणार!''

त्याचे ते स्वप्न म्हणजे काही शेख महंमदाचे मनोराज्य नव्हते. गणपतरावांच्या मृत्यूनंतर लोकांचे डोळे त्याच्याकडेच वळले.

मी वकील होऊन घरी धंद्याला सुरुवात केली. पुढे काही वर्षांनी त्याची कंपनी आमच्या गावी आली. मोठ्या थाटामाटाने तिचे खेळ सुरू झाले. त्याच्या कामावर

लोक बेहद्द खूश होते. दुपारी कोर्टात झोपाच काढायच्या असल्यामुळे मी त्याच्या प्रत्येक नाटकाला जात असे. एकदा नाटक संपल्यावर रंगबिंग पुसून भातपिठले खाता-खाता तो म्हणाला, "बाहेर चांदणं कसं टिपूर पडलंय! चल, येतोस भटकायला?" मला नाही म्हणणे शक्य नव्हते.

आम्ही दोघे दोन तास इंग्रजी शाळेतल्या आठवणी काढीत गावभर भटकत होतो. शेवटी घाटावर जाऊन बसायचे ठरवले त्याने! त्याचे वडील पूर्वी राहत असत त्या घरावरूनच घाटाकडे जायचा सरळ रस्ता होता. पण तो टाळून तो लांबच्या वाटेने निघाला. मी त्याला खोदून विचारले तेव्हा तो म्हणाला, "खरं सांगू तुला? माझ्या वडिलांवर सूड घ्यायची इच्छा माझ्या मनात सारखी दबून राहिली आहे. 'दगड', 'छाकटा', 'नाटकी', 'छंदीफंदी' असल्या शिव्या ऐकत आणि थोबाड चोळीत ज्या घरातून बाहेर पडलो त्याचं तोंड कधी काळी पाहीन तर ते मालक म्हणूनच! ते घर विकत घेऊन मी तिथं राहणार आहे. माझ्या छोट्या शालीचं शिक्षण मी तिथं करणार आहे. तिला एखाद्या फुलासारखी वाढविणार आहे मी! मग एखादे दिवशी बाबांचं भूत त्या घरात मला भेटेल. झोपेत हसणाऱ्या शालीकडे बोट दाखवून मी त्यांना म्हणेन..."

त्याचे ते शेवटचे शब्द ऐकून माझ्या अंगावर काटाच उभा राहिला! वाटले, विकृत मनाचीच माणसे कलावंत होतात की... हॅम्लेट आणि मॅक्बेथ या दोन्ही नाटकांत भुते पाहण्याची सवय झाल्यामुळे ही विचित्र कल्पना त्याला सुचली असावी अशी काहीतरी स्वत:ची समजूत घालीत मी मुकाट्याने त्याच्याबरोबर चालू लागलो. घाटावर जाऊन आम्ही दोघेही पाण्यात पाय सोडून बसलो. नदीच्या त्या संथ, शांत प्रवाहात पडलेली तारकांची प्रतिबिंबे किती मोहक दिसत होती! जणूकाही त्रिपुरी पौर्णिमेच्या निमित्ताने स्वर्गातल्या अप्सरांनी अंतराळातून अदृश्य हातांनी नदीच्या पृष्ठभागावर दीपमालाच सोडल्या आहेत. त्या सुंदर प्रतिबिंबांकडे पाहत श्री म्हणाला, "तळ्यात कमळं फुलावीत ना? तसं दिसतंय हे, नाही? वाटतं, उठावं नि ही सुंदर फुलं भराभर खुडायला लागावं!"

या इच्छेतून त्याचे कलावंताचे मन स्पष्ट प्रकट होत होते. पण त्याचे ते शब्द ऐकता ऐकता माझ्या मनात आले, 'थोड्या वेळाने उजाडले की, आकाशातल्या साऱ्या चांदण्या दिसेनाशा होतील. त्यांची ही गोड प्रतिबिंबे लोप पावतील. कलावंताला होणारे दिव्य भासही असेच चंचल ठरत असतील काय? ते क्षणभंगुर असले तर श्रीचे पुढे कसे होईल? प्रौढपणी दु:खाचे चटके बसू लागल्यावरही त्याच्या उत्कट भावनांचा फुलोरा असाच राहील? की त्याचे मन एखाद्या वठून गेलेल्या झाडासारखे...'

* * *

कोल्हापूर येईपर्यंत वठून गेलेल्या झाडाचे भेसूर चित्र माझ्या डोळ्यांपुढे एकसारखे वेडेवाकडे हातवारे करीत नाचत होते.

आणि दुसऱ्या दिवशी सकाळी मी श्रीच्या घराचा पत्ता शोधीत रस्त्यातून जड पावलांनी जाऊ लागलो तेव्हाही माझे मन उदास झाले होते. श्रीला भेटणे म्हणजे त्याची पंगू झालेली पत्नी आणि मोडकळलेला संसार पाहणे असे राहूनराहून मला वाटत होते. लहानपणी ज्या बागेत आपण खेळलो आणि गोड वासाची खूपखूप फुले तोडली तिथे काटेरी झुडपांचे रान माजावे, बाळपणी भक्तिभावाने ज्या सुंदर मूर्तीची आपण पूजा केली ती छिन्नभिन्न होऊन कुठेतरी कोपऱ्यात धूळ खात पडलेली दिसावी– तसले काहीतरी मूक दुःख मला आतल्या आत टोचीत होते. श्रीचे किराणा मालाचे दुकान कुठल्या कोपऱ्यावर आहे याची घरून निघतानाच मी चौकशी केली होती. त्या कोपऱ्यावरूनच त्याच्या घराकडे जायचा रस्ता होता. पण मी तो टाळला. टीचभर दुकानात वावरणारा, तोंडाभोवती घोंघावणाऱ्या माशा दूर न करणारा, एखाद्या शेंबड्या पोराला चार पैशांचा गूळ विकीत बसणारा श्री मला पाहायचा नव्हता! मी दुसऱ्या लांबच्या वाटेने त्याचे घर गाठले. एका बोळातले बैठे घर होते ते. आजूबाजूला पाचपन्नास दगड अस्ताव्यस्तपणे वाट अडवून झोपले होते. त्या दगडांच्या मध्यभागी एक हडकुळे कुत्रे माशा मारण्याचा निष्फळ उद्योग करीत आपले अस्तित्व प्रकट करीत होते.

घराचे दार बंद होते. मी ते ठोठावणार इतक्यात आतून एक कर्कश स्वर माझ्या कानांवर पडला. तो श्रीचाच होता. तो ओरडत होता, ''म्हणे आज संमेलन आहे आमच्या गायन क्लासचं! तू तिकडे गात बैस आणि इकडे ही उपाशी पोरं शंख करू देत माझ्या नावानं! शाले, एवढी घोडी झालीस, पण अजून काही काही कळत नाही तुला! आज रविवार. बाजारचा दिवस. मी घरी बसून राहिलो तर तिकडे दुकानांवर तो गंप्या फिरवील ना माझ्या डोक्यावरनं हात! चुलीत गेलं ते तुझं संमेलन.''

मी स्तब्ध उभा राहून ऐकू लागलो. मुसमुसत शाली श्रीला काहीतरी सांगत होती. तिचे बोलणे काही मला नीट ऐकू आले नाही. तो मधेच उसळून म्हणाला, ''ती सिनेमा नटी मोठी असली तर आपल्या घरची! ती काही इथं चूल पेटवायला येणार नाही. म्हणे ती अध्यक्ष आहे आजच्या संमेलनाची! असेल. मला काय त्याचं?''

''जाऊ दे पोरीला एक दिवस. घरचं काम काय रोजचंच आहे.'' कुणीतरी मृदू मधुर स्वराने म्हणाले. ती श्रीची बायको असावी. आवाजावरून ती आजारी आहे अशी शंकाही कुणाला आली नसती.

मी दार ठोठावले. शालीने धावत येऊन दार उघडले. किती उंच दिसू लागली

होती ती! काळीसावळी असली तरी तिचा चेहरा मोठा रेखीव आणि गोड होता.

मला पाहताच श्री धावतच पुढे आला. वाढलेल्या दाढीमुळे माणसाच्या चेहऱ्याला अवकळा येते. पण तशा अवकळेतूनही त्याचा आनंद मला स्पष्ट दिसत होता. 'शाले, ओळखलंस का तू काकांना?' या त्याच्या प्रश्नातूनही तो प्रकट झाला.

माझ्या आगमनाप्रीत्यर्थ शालीला सुट्टी मिळाली. ती मोठ्या आनंदाने संमेलनाला जायला निघाली. ती पायांत वहाणा घालीत असताना श्री तिला म्हणाला, "हे तुझे काका रात्री जेवायला येणार आहेत आपल्याकडे. तेव्हा संध्याकाळी लवकर परत ये. उगीच उशीर करू नकोस!"

शाली मान डोलवीत निघून गेली. श्री शेगडीवर चहाचे आधण ठेवू लागला. मी वहिनींच्या समाधानाकरिता इकडच्या तिकडच्या गोष्टी काढल्या. पण त्या तीन भिकार खोल्यांत पसरलेल्या श्रीच्या संसाराचे काटे क्षणोक्षणी माझ्या मनाला टोचीत होते. जमिनी सारवून किती दिवस झाले होते कुणाला ठाऊक! उजव्या हाताच्या भिंतीवरले जुनाट घड्याळ बंदच असावे. त्यात बारा वाजले होते! वहिनींना नुकताच चहा पाजविला असावा. तो कान नसलेला कप; एक-दोन ठिकाणी तडे उडालेली बशी– त्यांच्या भोवती गोळा झालेल्या माशा...

मी श्रीकडे पाहिले. शेगडी फुंकताना उडालेली राख त्याच्या आधीच करड्या होऊ लागलेल्या केसांवर मोठी विचित्र दिसत होती. जणूकाही एखादे राखेने माखलेले भांडेच! चहा-साखर काढता काढता त्याने हसून माझ्याकडे पाहिले. त्याचा तो काळजीने काळवंडलेला चेहरा पाहून भरताकरिता भाजलेल्या वांग्याच्या सालीची मला एकदम आठवण झाली. पूर्वीचे त्याचे ते भावपूर्ण डोळे! वाहता प्रवाह आटून त्याची डबकी होऊ लागली म्हणजे पाण्याला जसा गढूळपणा येतो तसे दिसत होते. चहा पिताना श्रीच एकसारखा बोलत होता. मी मुकाट्याने ऐकत होतो.

"आता शेतकरी-कामकऱ्यांचं राज्य व्हायचंय ना? त्याची नांदी सुरू आहे ही बाबा! सकाळी आमच्या मोलकरीणबाईसाहेबांनी निरोप पाठविला की, आज माझं डोकं दुखतंय, तेव्हा मी कामाला येणार नाही. शालूबरोबर थोडं अमृतांजन पाठवून द्या... हिला किनई कितीतरी दिवस डॉक्टर विश्रांती घ्यायला सांगत होते. ते ऐकलं नाही हिनं. तेव्हा देव म्हणाला, 'कशी घेत नाहीस विश्रांती ते पाहतो...' अरे, तुझेसुद्धा कपाळाच्या कोपऱ्यावरले केस पांढरे व्हायला लागले की... एखादं छान नाटक लिही ना गड्या आता. पुरे झाली ती वकिली... आमच्या शालूचं गाणं ऐकवणार आहे हं मी तुला रात्री. तुला जेवायला यायलाच हवं– ते काही नाही चालायचं! बाळमित्राचं आमंत्रण म्हणजे पकड वॉरंट हे विसरू नकोस!"

श्रीला वाईट वाटू नये म्हणून त्याचे ते निमंत्रण मी स्वीकारले. रात्री त्याच्याकडे मी जेवायला गेलो. गेल्यावर मात्र आलो नसतो तर बरे झाले असते असे राहूनराहून वाटू लागले! आठ वाजून गेले तरी शाली संमेलनाहून परत आली नव्हती. शेवटी श्रीने तिच्या चौकशीकरिता थोरल्या मुलाला पाठविले. 'अध्यक्षीणबाई आपल्या मोटारीतून तिला घरी घेऊन गेल्या' एवढी माहिती घेऊन तो खूप वेळाने परत आला.

मुलाच्या मदतीने श्रीने स्वयंपाक केला. तो तसा चांगला झाला होता, पण पानावर बसल्यावर त्यातला प्रत्येक घास माझ्या घशात अडकू लागला. श्रीचे सारे आयुष्य माझ्या डोळ्यांपुढे पुन्हा पुन्हा उभे राहत होते. तो एकसारखा बडबडत होता. मी मुकाट्याने ऐकत होतो. पण त्याच्या बोलण्यात काही रस नव्हता. दैवाशी चाललेल्या द्वंद्वयुद्धात आपला मित्र पराभूत झाला आहे या जाणिवेने माझे मन अधिकाधिक खिन्न होत होते. मी निरखून पाहिले, पण श्रीमधला कलावंत मला कुठेच दिसेना! तो पार मरून गेला होता. नाट्यकलेच्या पुनरुज्जीवनाकरिता हल्ली चाललेल्या प्रयत्नांचा विषय मी मुद्दाम काढला. पण श्रीने तो हसण्यावारी नेला. लगेच तो मला दुकानातले अनुभव सांगू लागला. बालगंधर्वांनी पुन्हा कंपनी सुरू केल्याची बातमी वादविवादाच्या हेतूने मी त्याला सांगितली. पुन्हा तो नुसता हसला. मग दोन दिवसांपूर्वी त्याच्या गल्लीतल्या एका श्रीमंत व्यापाऱ्याची मुलगी कुणाचा तरी हात धरून पळून गेली होती. तिची कथा त्याने सुरू केली!

शालिनीचे एखादे भावगीत ऐकावे अशी त्याची इच्छा होती. मीही त्याला बरे वाटावे म्हणून दहा-साडेदहापर्यंत तिची वाट पाहत बसलो. पण पोरीचा कुठेच पत्ता नव्हता.

एवढ्या वाढलेल्या मुलीने इतका वेळ घराबाहेर राहावे हे मलासुद्धा चमत्कारिक वाटले. पण तसे बोलून दाखवायची सोयच नव्हती. श्री शालीवर आधीच संतापला होता. माझ्या बोलण्याने त्या आगीत निश्चित तेल पडले असते.

सकाळी सव्वासहाच्या गाडीने मला परतायचे होते. म्हणून मी श्रीचा आणि वहिनींचा निरोप घेऊन उठलो. रस्त्यावर आलो तेव्हा मला एकदम हायसे वाटले. इतका वेळ मी माझ्या जुन्या बालमित्राशी बोलत होतो हे खरे, पण क्षणोक्षणी मला गुदमरल्यासारखे होत होते. राहूनराहून पूर्वीचा श्री मला आठवे. त्याचे ते कलेचे वेड, त्याचा तो अभिनयाचा उन्माद– त्याच्या सहवासात आज क्षणभरसुद्धा मला त्यांचे दर्शन झाले नाही. त्याच्या कलेच्या प्रेताशेजारी आपण बसलो आहो या कल्पनेने सारा वेळ माझे मन विलक्षण बेचैन करून सोडले होते. त्यामुळे प्रेताजवळून दूर गेले म्हणजे माणसाला जसे बरे वाटते तसे रस्त्यावर आल्यावर मला झाले!

मी रात्री श्रीचा निरोप घेऊन निघालो होतो. त्यामुळे दुसऱ्या दिवशी सकाळी

गाडी सुटायच्या सुमाराला तो धापा टाकीत स्टेशनवर आला तेव्हा मला मोठे नवल वाटले. त्याला दुरून पाहताच माझ्या पोटात धस्स झाले. वाटले, शाली घरी परत आली आहे की नाही? का आघातामागून आघात सोसण्याकरिताच श्रीचा जन्म आहे?

तो डब्याच्या दाराशी आला तेव्हा त्याचे डोळे तांबडेलाल झालेले दिसले मला.

मी चाचरत विचारले, "रात्री जाग्रणबिग्रण झालं वाटतं?"

तो उत्तरला, "हं! हिची प्रकृती एकदम बिघडली. सारखा बसून होतो जवळ!"

"शाली केव्हा आली?" मी भीतभीत प्रश्न केला.

"साडेअकराला!"

इतक्यात गाडीची दुसरी शिटी झाली. श्री घाईघाईने म्हणाला, "मी अशासाठी आलो होतो पाहा–" तो क्षणभर घुटमळला. मग दुसरीकडेच पाहत तो म्हणाला, "माझ्या वडिलांचा एक फोटो हवाय मला!"

वडिलांचा फोटो आणि तो श्रीला हवा? ज्यांनी लहानपणी थोबाडीत मारून त्याला घराबाहेर हाकलून दिले होते, ज्यांचा 'कसाई' म्हणून त्याने अनेकदा उल्लेख केला होता, पुढे ज्यांचे तोंडसुद्धा त्याने कधी पाहिले नाही त्या वडिलांचा फोटो घेऊन श्री काय करणार होता? मला त्याच्या या विचित्र मागणीचा काही केल्या अर्थच कळेना!

गाडी सुटेल या भीतीने तो पुढे बोलत राहिला. मात्र बोलताना माझ्या नजरेला नजर अशी त्याने मुळीच दिली नाही. "बाबा मामलेदार कचेरीत कारकून होते पाहा. त्या कचेरीच्या ग्रुप फोटोमध्ये सापडतील ते! फोटो अगदी छोटा मिळाला– नुसता तोंडवळा मिळाला तरी चालेल. मी तो मग मोठा करून घेईन!"

गाडीची तिसरी शिटी झाली. ती हलली, हळूहळू सरकू लागली, गाडीबरोबर पुढे येत येत श्री म्हणाला, "विसरू नकोस हं! अगदी गेल्याबरोबर –"

त्याचे पुढचे शब्द मला नीट ऐकू आले नाहीत. पण त्याच्या डोळ्यांत पाणी उभे राहिले असा मात्र मला भास झाला.

* * *

त्याच्या वडिलांचा फोटो मिळविण्याकरिता मी जंगजंग पछाडले. निरनिराळ्या कचेऱ्यांतले जुने ग्रुप-फोटो पाहिले, पंचवीस-तीस वर्षांपूर्वी अधिकारपदावर असलेल्या सेवानिवृत्त माणसांचे उंबरठे झिजविले. पण कुठेच काही पत्ता लागेना! तीस-पस्तीस वर्षांपूवीच्या एका सामान्य कारकुनाचा फोटो मिळविणे हे हिंदुस्थानात काही मोठे सोपे काम नाही!

श्रीचे दर आठ दिवसांनी मला स्मरणपत्र येई. त्याला नकाराचे उत्तर लिहिताना

मला फार वाईट वाटे. पण तसे लिहिण्याशिवाय मला गतीच नव्हती. मात्र त्याचे पत्र आले किंवा मी त्याला पत्र लिहायला बसलो की, एक प्रश्न दत्त म्हणून माझ्यापुढे उभा राही. या फोटोसाठी श्री इतका अधीर का झाला आहे! वडिलांविषयी इतके प्रेम त्याच्या मनात कधी निर्माण झाले हे कोडे काही केल्या मला सुटेना! पण त्यामुळेच या रहस्याविषयीचे माझे कुतूहल वाढत गेले. याबाबतीत त्याला पत्र लिहून खुलासा करून घ्यावा असेसुद्धा चारदोनदा माझ्या मनात येऊन गेले. पण पत्र लिहायचा धीर काही केल्या मला होईना!

त्यामुळे एके दिवशी रात्री नऊ साडेनऊ वाजता श्री अकस्मात आमच्या दारात येऊन उभा राहिला तेव्हा मनातल्या मनात मला फार आनंद झाला. तो कसेबसे दोन घास जेवला आणि मला म्हणाला, ''मी असा अचानक का आलो सांगू? चार घटका घाटावर बसण्याकरिता– जुन्या आठवणीत रमून जाऊन साऱ्या वेदना विसरण्याकरिता...''

आम्ही दोघेही घराबाहेर पडलो. आमच्या घरापासून नदी फक्त पाच मिनिटांच्या अंतरावर होती. मी श्रीकडे पाहिले. स्वारी नदीच्या उलट दिशेने निघाली होती. मी त्याला थट्टेने विचारले, ''रस्ते विसरलास वाटतं इतक्यात?''

तो हसला आणि काही न बोलता चालू लागला. त्याचे ते मौन एखाद्या सुंदर कल्पनेच्या चिंतनात रममाण होणाऱ्या कवीच्या समाधीसारखे वाटले मला! मी त्याच्यामागून मुकाट्याने जाऊ लागलो.

चालता चालता तो एकदम थांबला. रस्त्याच्या दोन्ही बाजूंना त्याने पाहिले. मग एकदम समोरच्या बैठ्या घराकडे बोट दाखवून तो म्हणाला, ''आम्ही इथंच राहत होतो. नाही रे?''

मी मान डोलावली.

''इथं दोन कडुलिंबाची झाडं होती माझ्या लहानपणी! ती ओळखीची खूण कुठं दिसेना. म्हणून मी जरा गोंधळलो.'' तो त्या घराकडे पाहत एखाद्या पुतळ्यासारखा उभा राहिला. थोड्या वेळाने त्याने आपले हात जोडले आणि त्या वास्तुदेवतेला नमस्कार केला. रस्त्यावरली वर्दळ आता जवळजवळ थांबली होती म्हणून बरे! नाहीतर त्याच्याकडे पाहून हा कुणीतरी वेडा आहे असेच येणाऱ्याजाणाऱ्या लोकांना वाटले असते!

क्षणभराने माझ्याकडे वळून तो म्हणाला, ''ती रात्र आठवते ना तुला? बाबांनी मला हाकलून दिलं ती– मग मी तुझ्या घरी आलो.''

मी मानेने आठवते असे दर्शविले.

तो पुढे बोलू लागला, ''त्या रात्री बाबांना मी कसाई म्हणालो- फार मोठी चूक होती ती! नुसती चूक नाही, गुन्हा होता तो माझा! आईबाप मुलांवर का चिडतात,

का रागावतात, प्रसंगी त्यांना का मारतात हे मला आता कळायला लागलंय. त्यांचं काळीज मुलांच्या कल्याणाची काळजी करीत असतं, ती पुढं सुखी व्हावीत म्हणून ते धडपडत असतं. मुलं स्वच्छंद वागू लागली की, त्यांना भय वाटतं आणि मग भयाच्या पोटी रागाचा जन्म होतो. बाबांनी त्या दिवशी मला मारलं ते मायेनं– मला घरातून हाकलून दिलं ते माझ्या भविष्याविषयी वाटणाऱ्या भीतीनं! पण मला परवापरवापर्यंत तो त्यांचा निर्दयपणा वाटत होता, ती त्यांची हृदयशून्यता वाटत होती.''

पुन्हा एकदा नमस्कार करून त्याने त्या घराचा निरोप घेतला.

घाटावर जाऊन बसेपर्यंत आम्ही दोघेही स्तब्ध होतो. मग तो म्हणाला, ''बाबांच्या त्या वेळच्या कोंडमाऱ्याची खरी कल्पना गेल्या वर्षापासून येऊ लागली मला! कजाग बायको, तुटपुंजा पगार, पन्नाशीत आलेलं वय, पदरी चार पोरं. एखाद्या पंख कापलेल्या पाखरासारखी त्यांची स्थिती होती. त्यांचा चिडखोरपणा आणि त्यांचं रागाचं बोलणं ही त्या पाखराची फडफड होती. आयुष्यभर मुका मार सोशीत आले होते ते! त्या माराच्या कळा असह्य झाल्या म्हणजे ते आम्हा मुलांवर रागावत, एखादेवेळी आम्हाला मारीतही! मला हे त्यावेळी कळलं असतं तर–''

त्याचा कंठ सद्‌गदित झाला. सदऱ्याच्या बाहीने त्याने डोळे पुसले. मग एकदम हसून तो म्हणाला, ''बाप झाल्याशिवाय बापाचं दुःख कुणाला कळत नाही. त्यामुळे आयुष्य हा आंधळ्या कोशिंबिरीचा खेळ होऊन बसतो. आपल्या दुःखांचा उगम दुष्टपणात नाही; माणूस ज्या भूमिकेत वावरत असतो तिच्या एकांगीपणात तो आहे. नवी पिढी आणि जुनी पिढी या एकाच नाण्याच्या दोन बाजू आहेत. म्हणून तर एकीचं दुःख दुसरीला काही केल्या दिसत नाही. आयुष्याच्या या नाटकात खरा खलपुरुष एकच आहे. तो म्हणजे काळपुरुष.''

मी मधेच म्हणालो, ''तुझं हे तत्त्वज्ञान काही मला नीट कळत नाही श्री! काय सांगायचं ते नाटकाच्या भाषेत सांग, गोष्टीच्या भाषेत बोल.''

''बरं बुवा!'' तो हसून उद्‌गारला. ''बाबांविषयीची माझी दृष्टी पूर्णपणे केव्हा निवळली ते सांगू? तू कोल्हापूरला आला होतास त्या रात्री. तू गेल्यावर मी शालीची वाट पाहत जागत राहिलो. अठरा वर्षांची मुलगी मध्यरात्रीपर्यंत घराबाहेर राहते याचा मला इतका राग आला म्हणतोस! शेवटी साडेअकराला ती परत आली. तिनं घरात पाऊल टाकताच जिकडेतिकडे मोठा गोड सुगंध दरवळला. तिच्या हातात एक छचोर हातरुमाल दिसत होता. 'कुणाचा गं हा?' मी रागानं विचारलं. तिनं चित्रपटातल्या एका प्रख्यात माणसानं भेट म्हणून तो आपल्याला दिला आहे असं सांगितलं. पोरींच्या बाबतीत अतिशय कुप्रसिद्ध होता तो! माझं माथं

अधिकच भडकलं. आमच्या आळीतल्या त्या पळून गेलेल्या श्रीमंत मुलीची हकिकत मला आठवली. मी बेभान झालो. शालीच्या गालावर, पाठीवर, दंडावर मी फाडफाड मारायला सुरुवात केली. 'नका हो मारू' म्हणून पडल्या जागेवरून बायको ओरडत होती, पण माझा माझ्यावर ताबाच नव्हता.

"पुढं दोन तास माझं डोकं अगदी सुन्न होतं. मग मी बायकोजवळ येऊन बसलो. तिच्याकडून शालीची बाजू मला कळली. माझे हाल पोरीला बघवत नव्हते; आपल्याला कुठं सिनेमात काम मिळालं तर बापाचा भार हलका होईल असे विचार तिच्या मनात पुष्कळ दिवस घोळत होते. संमेलनातलं तिचं गाणं अध्यक्ष असलेल्या सिनेमानटीला फार आवडलं. तिनं तिला आपल्या घरी नेलं. तिथं होणाऱ्या ओळखीदेखींचा उपयोग होईल म्हणून रात्र झाली तरी शालीनं घरी येण्याची गडबड केली नाही. जे झालं त्यात तिचा गुन्हा असा काहीच नव्हता! दोन पिढींतल्या अंतराचा हा दोष आहे. तिचं रक्त उसळणारं, माझं थंड होत चाललेलं! ती भविष्यकाळाकडे धावणारी, मी भूतकाळाला चिकटून बसलेलो!"

आपण फार बोललो असे वाटून की काय श्री मधेच थांबला आणि म्हणाला, "नाही; मला हे तुला नीट समजवून सांगता येत नाही. पण त्या दिवशीपासून हे सारखं माझ्या मनात घोळतंय. तुला गडकरी अजून पाठ येत असेल, नाही? मग एक झकास नाटक लिही की या विषयावर! दोन पिढ्यांची दोन माणसं; दोघंही चांगली, पण त्यांच्या संबंधातून दु:खच निर्माण होतं असं काहीतरी... तुझ्या त्या नाटकातल्या बापाचं काम मी असं छान करीन म्हणतोस! नि त्याच्या मुलीच्या भूमिकेची तू मुळीच काळजी करू नकोस! आपली शाली आहेच की!"

मी त्याच्याकडे पाहिले. तो बेकार नट नव्हता; किराणा मालाचा दुकानदार नव्हता; पोराबाळांवर पदोपदी चिरचिरणारा बाप नव्हता. हे सर्व त्याचे मुखवटे होते. ते मुखवटे फेकून देऊन माझ्या बालमित्राचा आत्मा आपल्या खऱ्या स्वरूपात पुन्हा प्रकट झाला होता!

१९४९
♋

मध्यरात्र

सुभाष तो अस्पष्ट मधुर नाद ऐकत राहिला. त्याला काही दिसत नव्हते, कशाचाही स्पर्श होत नव्हता, कसलाही वास येत नव्हता. फक्त तो गोड आवाज मात्र त्याच्या कानांत गुंजारव करीत होता. धुक्याने झाकून गेलेल्या भूभागावर वृक्षांचे अस्तित्वसुद्धा जाणवू नये, पण पाखरांचा कलरव मात्र ऐकू यावा तशी त्याची स्थिती झाली होती. तो मंजूळ नाद—

बैलगाड्यांचा तांडा घाट उतरत असावा. त्या बैलांच्या गळ्यांतले घुंगूर नाचत गात असावेत का? छे! बैलगाडीतून असा कुठलाही लांबचा प्रवास एकट्याने करायला आबा आपल्याला कधीतरी परवानगी देतील काय?

क्षणभर धुके दाटले. पाखरांची ती मधुर किलबिल ऐकू येईनाशी झाली. दुसऱ्याच क्षणी धुके विरळ झाले. पुन्हा तोच मधुर लयबद्ध नाद– कुठल्यातरी देवळात पूजा चालली असावी. भक्तांची रीघ लागली असावी तिथं! देवद्वारातल्या घंटेला पळाचाही विसावा मिळत नसावा. पोरेसोरेसुद्धा... अरे! ही तर आबांनी हातांनी उचलून उंच केलेली छोटी विजया घंटा वाजवितेय! कुठल्या बरं देवळात...

ते देऊळ कुठल्या देवाचे आहे हे पाहण्याचा सुभाषने खूप प्रयत्न केला, पण काही केल्या ते त्याला ओळखता येईना.

घंटानाद एकदम थांबला. कानांपाशी गुणगुणणारा एक डास पुन:पुन्हा आपला चावा घेत आहे याची जाणीव सुभाषला झाली. तो मारण्याचा निष्फळ प्रयत्न त्याने केला. डास अलगद निसटला. त्याच्या हातांना मात्र झिणझिण्या आल्या.

या धडपडीत त्याला पुरी जाग आली! कुठेतरी दूरवर पडणारे बाराचे टोले वातावरणात पाठशिवणीचा खेळ खेळत त्याच्या कानांपर्यंत येऊन पोहोचले. एकदम साऱ्या गोष्टी त्याला आठवल्या! अकरा वाजून गेले तरी आपण जागेच होतो. 'उद्या पहाटे लवकर उठायचंय. झोप जा तू!' असे आबांनी तीन-चार वेळा आपल्याला सांगितले. पण आपण ते ऐकले नाही. मग आबा आपल्यावर रागावले.

नाइलाजाने पण नाखुशीने आपण अंथरुणावर येऊन पडलो. मात्र काही केल्या आपल्याला झोप येईना. एरवी आपण नऊ वाजता निजलो तरी सकाळी सहाला आबांना आपल्याला जोरजोराने हलवून जागे करावे लागते. पण आज–

असे का व्हावे याचा तो विचार करू लागला. लहानपणापासूनचे तीन-चार प्रसंग क्षणार्धात त्याच्या डोळ्यांपुढे उभे राहिले. त्या त्यावेळी त्याची झोप अशीच उडून गेली होती.

तो पाच वर्षांचा असेलनसेल. मामांनी मुंबईहून खेळातले विमान आणले होते त्याच्यासाठी! त्याच्या नादाने तो झोपेना. तेव्हा आईने ते काढून घेतले आणि कुठेतरी लपवून ठेवले. रात्रभर तो त्या विमानासाठी तळमळत होता!

तो इंग्रजी शाळेत गेला तेव्हा असेच झाले होते. त्याच्या वाढदिवसादिवशी आबांनी मोठ्या हौसेने त्याला क्रिकेटची बॅट आणि चेंडू आणून दिला. संध्याकाळी शाळा सुटल्यावर बाजारात जाऊन आबा त्या वस्तू घेऊन आले. सुभाषला त्यांनी चकित करून सोडले, पण अगदी करकरीत तिन्हीसांज झाली होती तेव्हा. बॅट आणि चेंडू पुन:पुन्हा हातात घेऊन पाहण्यापलीकडे त्याला दुसरे काही करता येईना. त्या रात्री कितीतरी वेळ या कुशीवरून त्या कुशीवर तो तळमळत राहिला. तीन-चार वेळा तो अंथरुणावर उठून बसला. बॅट आणि चेंडू घेऊन चोरपावलांनी दाराची कडी काढावी आणि शाळेजवळच्या मैदानावर जाऊन एकटेच खेळत बसावे असे त्याला पुन:पुन्हा वाटले. पण काळोखाच्या भीतीने त्याचा तो बेत जागच्याजागी राहिला.

पुढे तिसरीत आबांनी त्याला हरिभाऊंची 'उष:काल' कादंबरी वाचायला दिली. आदितवार होता तो. दिवसभर वाचून संध्याकाळी त्याने ती संपविली. तिने त्याचे मन धुंद करून सोडले. त्या धुंदीत साहसाचा सुवास होता, अद्‌भुतरम्यतेचे सौंदर्य होते, आपणही आपल्या देशासाठी काहीतरी केले पाहिजे या भावनेचे संगीत होते.

आणि त्यानंतर आलेली ती काळीकुट्ट रात्र–

संध्याकाळी आबा वाचनमंदिरातून परत आले ते डोळे पुशीतच! कुणीतरी गोळ्या झाडून गांधींचा खून केला होता. त्या रात्री आईने सुभाषला सक्तीने पानावर बसविले, पण त्याला जेवण गोड लागले नाही. घास घशातल्या घशात फिरू लागला. अंथरुणावर पडल्यावर फोटोतली गांधींची ती हसरी मुद्रा त्याच्या डोळ्यांपुढे पुन:पुन्हा येऊ लागली. ते त्यांच्या अमर आत्म्याचे स्मित होते. गोळ्यांनी रक्तबंबाळ झालेल्या शरीराचा जणूकाही त्या आत्म्याशी काहीच संबंध नव्हता. ती सारी रात्र पाण्याबाहेर काढलेल्या मासळीसारखी सुभाषने तडफडत काढली होती.

या साऱ्या रात्री त्याला आठवल्या. जीवनात नव्याने प्रवेश करणारे सुख किंवा दु:ख आपल्याला बेचैन करून सोडते, काड्याच्या पेटीत कोंडून ठेवलेल्या

फुलपाखरासारखी आपल्या मनाची स्थिती होते, हे आता त्याला पहिल्यांदाच स्पष्टपणे जाणवले. तो स्वत:शीच हसला. आज आपल्याला झोप का येत नाही याचे कारण त्याला कळले. आपल्या आयुष्यात उद्याचा दिवस फार महत्त्वाचा आहे. साऱ्या हिंदुस्थानात प्रसिद्ध पुढारी म्हणून गाजलेले दादासाहेब ठाकूर उद्या आपल्या शाळेतल्या स्वातंत्र्यदिनाकरिता येणार, आबांचे जुने स्नेही म्हणून ते आपल्या घरी उतरणार. त्यांची स्वाक्षरी आणि संदेश घेण्याचा पहिला मान आपल्याला मिळणार! शाळेतल्या कार्यक्रमांत गांधीजींचे बेचाळीसचे भाषण आपण पाठ म्हणून दाखविणार आहो; ते ऐकल्यावर दादासाहेब आपली पाठ थोपटतील. 'आज ही भाषणे पाठ म्हणणारी मुलेच उद्या पुढारी म्हणून असली भाषणे करतील,' असे उद्‌गार ते काढतील; मग टाळ्यांचा कडकडाट होईल. आपण लाजून मान खाली घालू...

गेला महिनाभर ही सारी स्वप्ने त्याच्या डोळ्यांपुढे तरळत होती. दूरदूर दिसणारा तो पंधरा ऑगस्टचा दिवस उद्या उजाडणार होता. दादासाहेब उद्या पहाटेच्या गाडीने येणार, या विचाराने सुभाषच्या मनातल्या इच्छा, स्वप्ने आणि आकांक्षा यांच्या अर्धस्फुट कळ्या आता लगबगीने उमलू लागल्या होत्या. त्यांच्या संमिश्र सुगंधाने त्याचे मन दाटले होते, भारावले होते, धुंद होऊन गेले होते.

अंथरुणावर विचार करीत पडून राहणे त्याला अगदी अशक्य झाले. तो हळूच उठला आणि पाऊल न वाजविता खिडकीकडे गेला. अरुंद बोळातल्या जुनाट घराची लहानशी खिडकी होती ती! त्या खिडकीतून त्याने डोकावून बाहेर पाहिले. ऐन पावसाळ्यात मध्यरात्री आकाश किती स्वच्छ दिसत होते! जणूकाही पाळण्यातून टक लावून पाहणाऱ्या बालकाचे डोळेच! त्या निरभ्र आभाळाचा मोहक निळसरपणा सुभाषच्या डोळ्यांत भरला. अभिषेकानंतर चमकणारी आजोळच्या कोकणी खेड्यातली रामेश्वराची पिंडी त्याला आठवली. कुठेतरी पूजा चालली आहे असा मघाशी गुंगीत आपल्याला भास झाला तो काही खोटा नव्हता असे त्याला वाटले. केवढे भव्य, उत्तुंग देवालय बाहेर डौलाने उभे होते! या विशाल देवालयात चांदण्यांची फुले किती गोडपणाने हसत होती. त्यांचा सुगंध...

सुभाषची कल्पना नाचतनाचत म्हणत होती, तारकांना सुगंध असलाच पाहिजे. त्या आपल्यापासून लक्षावधी योजनांवर फुलतात; म्हणून ही फुले आपल्याला हुंगता येत नाहीत, त्यांचा सुगंध आपल्याला जाणवत नाही.

गांधीजींच्या फोटोला घालण्याकरिता आबांनी संध्याकाळी आणलेल्या हाराची त्याला आठवण झाली. तो हळूच पुढल्या खोलीत गेला आणि त्या फोटोच्या खाली उभा राहिला. हारातली फुले हळूहळू उमलत होती. हिरवळीवर बागडणाऱ्या सशाप्रमाणे त्यांचा सुवास खोलीच्या कोपऱ्याकोपऱ्यात स्वैरपणाने नाचत होता. या अदृश्य सशाला पकडावे, त्याला पोटाशी धरून कुरवाळावे, त्याच्या मऊ लवीवरून

आपले ओठ फिरवावे, त्याच्या गालावर आपला गाल ठेवून कुठलेतरी नाचरे गाणे गुणगुणावे अशी तीव्र इच्छा सुभाषच्या मनात निर्माण झाली. दादासाहेबांच्या स्वागताकरिता आबांनी मोठ्या कष्टाने सजविलेल्या त्या खोलीतली प्रत्येक वस्तू अस्पष्ट प्रकाशातही त्याला स्वच्छ दिसू लागली. उसना आणलेला फोटो उजव्या कोपऱ्यात होता. डाव्या कोपऱ्यात एका शिसवीच्या टेबलावर गांधीजींचा छोटा संगमरवरी पुतळा हसत होता. जमिनीवरली शाईने रंगविलेली जुनी सतरंजी अंतर्धान पावून तिथे सुंदर गालिचा अवतीर्ण झाला. त्या गालिच्यात गुंफलेली ती तऱ्हेतऱ्हेची सुंदर चित्रे...

झगझगीत प्रकाशात त्या खोलीचे सौंदर्य डोळे भरून पाहण्यासाठी सुभाषचे मन आतुर झाले. पण आबांची झोप फार हलकी आहे, बटनाच्या आवाजानेसुद्धा ते जागे व्हायचे या विचाराने त्याने आपले मन मोठ्या कष्टाने आवरले.

खोलीतल्या काळोखाच्या पडद्यावर त्याला उद्याची चित्रे दिसू लागली. दादासाहेब इथे तक्क्याला टेकून बसतील, आपण दारात संकोचाने उभे आहोत हे लक्षात येताच ते आपली काहीतरी थट्टा करतील आणि मग आपल्याला जवळ घेऊन पाठ थोपटीत ते म्हणतील...

त्या स्पर्शाच्या कल्पनेने त्याचे शरीर पुलकित झाले. दादासाहेब म्हणजे केवढी असामान्य व्यक्ती! ते आणि आबा एका शाळेत शिकले. पुढे चळवळीत पडून एकाच राष्ट्रीय शाळेत शिक्षक झाले, पण आबांना आपली शाळासुद्धा धड चालविता आली नाही. दादासाहेब मात्र मुंबईला जाऊन संपादक बनले, पुढारी झाले. बेचाळीसच्या चळवळीत मध्यरात्री तटावरून उडी टाकून ते तुरुंगातून निसटून गेले होते. त्यांच्या व्याख्यानाला मुंबईला लाखलाख लोक जमतात. त्यांचे फोटो कितीतरी वर्तमानपत्रांत छापून येतात.

गेल्या एक-दोन वर्षांत कातरून चिकटबुकात लावून ठेवलेले वर्तमानपत्रांतले दादासाहेबांचे फोटो सुभाषच्या डोळ्यांपुढे उभे राहिले. एकात ते गांधीजींच्या भव्य पुतळ्याच्या पायांशी विनयाने बसले होते, दुसऱ्यात पुराच्या पाण्याप्रमाणे सर्वत्र पसरलेल्या हजारो लोकांना उद्देशून ते आवेशाने बोलत होते, तिसऱ्यात विमानतळावर ते कुणातरी पुढाऱ्याचे स्वागत करीत होते. आबांच्या तोंडून त्यांच्या कर्तृत्वाची प्रशंसा सुभाष लहानपणापासून ऐकत आला होता; त्यामुळे त्याचे बाळमन नकळत त्यांची पूजा करू लागले होते. अलीकडे वर्तमानपत्रे वाचायची गोडी लागल्यामुळे मिळेल तिथून दादासाहेबांचा फोटो कापून घ्यायचा नाद त्याला जडला होता. चिकटबुकात लावलेले त्यांचे ते अनेक फोटो पाहताना त्याच्या अंतर्मनात एकदम वीज चमकल्यासारखे होई. त्याच्या कुठल्यातरी सुप्त शक्ती जागृत होत. जणूकाही सोसाट्याच्या वाऱ्याने वरची राख उडून जाई आणि परिस्थितीने आत दाबून, दडपून

ठेवलेला महत्त्वाकांक्षेचा नैसर्गिक स्फुलिंग प्रज्वलित होई. आपण गरीब आहो, आपले आबा एक सामान्य शिक्षक आहेत या गोष्टींचा त्याला विसर पडे. आपणही उद्या दादासाहेबांच्या सारखे होऊ, पुढारी म्हणून चमकू, गांधींचे कार्य पुढे चालवू असे त्याला वाटे. आबा शाळेतल्या वादविवाद मंडळातसुद्धा चाचरत बोलतात! पण आपण? गांधीजींचे ते ऐतिहासिक भाषण अभिनयपूर्ण पद्धतीने म्हणायचे काम उद्या हेडमास्तरांनी आपल्याकडे सोपविले आहे ते काय उगीच?

तो एकदम घाबरला. संध्याकाळी आबांपुढे त्या भाषणाची तालीम करताना तो दोन-तीनदा अडखळला होता. उद्या शाळेत त्याच चुका झाल्या तर आपली फटफजिती होईल, शाळेचे नाव जाईल, आपला आदर्श असलेले दादासाहेब ते भाषण ऐकणार आहेत, ते उत्कृष्ट व्हायला हवे, रात्रभर जागावे लागले, घोकत बसावे लागले तरी हरकत नाही, पण...

अगदी हलक्या आवाजात तो ते भाषण स्वत:शीच म्हणू लागला. गांधींच्या फोटोपुढे उभे राहून आपण त्यांचेच भाषण त्यांना ऐकवीत आहो या कल्पनेची त्याला मोठी मौज वाटली. सारे भाषण घडघड म्हणून झाले. खाडखाड करीत मेलगाडी दिमाखाने जावी तसे ते त्याला वाटले. त्याचा जीव भांड्यात पडला. उच्चाराचीसुद्धा चूक राहू नये म्हणून ते भाषण त्याने दुसऱ्यांदा म्हणायला सुरुवात केली. आता त्यातल्या अर्थाने त्याचे मन वेधून टाकले. त्यातले एक-एक वाक्य भोवताली पसरलेल्या अंधारावर प्रकाशाचा झोत टाकीत आहे, जगातले दैन्य आणि दु:ख कसे कमी होईल याचा मार्ग दाखवीत आहे असा त्याला भास झाला. उंच डोंगर चढून गेल्यावर कधीही न पाहिलेले सृष्टीचे भव्य आणि रम्य स्वरूप दृष्टीला पडावे तसे त्याला ते भाषण संपविताना वाटत होते.

सुभाषने बाहेर पाहिले. उजाडल्यासारखा प्रकाश– तो स्वत:शीच हसला. दादासाहेबांना केव्हा पाहीन, त्यांची स्वाक्षरी केव्हा घेईन असे गेले तीन-चार दिवस त्याला झाले होते. ही रात्र जितकी लवकर संपेल तितके त्याचे स्वप्न...

तो खिडकीजवळ गेला. पूर्वेकडे वीज चमकू लागली होती. ती चमकली म्हणजे प्रकाशाचा भलामोठा फवारा क्षणभर हाले, डोले आणि दुसऱ्या क्षणी काळोखात अदृश्य होई! ते चमकारे पाहून जत्रेत देवाच्या पालखीवर वारल्या जाणाऱ्या चवऱ्यांची त्याला आठवण झाली. मघाची गुंगीतली कल्पना त्याच्या मनात पुन्हा तरंगू लागली. सृष्टीच्या विशाल देवालयात महापूजा चालली आहे; या चमकणाऱ्या विजा म्हणजे देवापुढे ओवळली जाणारी निरांजने तर नसतील ना? एरवी भयंकर वाटणारी मध्यरात्र या पूजेच्या भावनेमुळे किती पवित्र आणि सुंदर वाटते!

लहानपणी आईच्या मांडीवर डोके टेकून घटकाघटका तो तिच्याकडे टक

लावून पाहत पडे. साऱ्या जगावर निद्रेची पाखर पसरणाऱ्या, एखाद्या देवीप्रमाणे भासणाऱ्या मध्यरात्रीकडे अनिमिष नेत्रांनी तो तसाच पाहू लागला.

* * *

उजाडताच आबा स्टेशनवर जायला निघाले. सुभाषला त्यांनी मोठ्या हौसेने बरोबर घेतले. पाहुण्यांना आणण्याकरिता ओळखीच्या एका डॉक्टरांची मोटार आबांनी मागितली होती. ती दारात येऊन उभी राहिली. खाडकन तिचे दार उघडून आत बसताना सुभाषला मोठा आनंद झाला. ती सुरू होणार इतक्यात घाईघाईने दार उघडून तो घरात धावत गेला. आबांना त्याच्या या विचित्र धावपळीचा अर्थ कळेना. ते त्याच्यावर थोडेसे चिडलेसुद्धा! सुभाष लगेच परत आला. त्याच्या हातात स्वाक्षरी घ्यायचे छोटे सुंदर पुस्तक होते. स्टेशनवर दुसरा कुणीतरी मुलगा आपल्याआधी दादासाहेबांची स्वाक्षरी घेईल या भीतीने त्याने घरात धावत जाऊन ते आणले होते. त्यातले पहिले पान त्याने उघडले. गांधींची सही होती तिथे! हरिजन-फंडाकरिता पाच रुपये देऊन आबांनी सुभाषसाठी मुद्दाम घेतली होती ती! ती सही घेतली तेव्हा आबांना ते पाच रुपये स्वत:च्या औषधासाठी हवे होते, पण 'औषध काय, पुढच्या महिन्याला घेता येईल; मी काही तसा आजारी नाही; शिवाय ही इंग्रजी औषधं भारी महाग असतात. उगीच पाच रुपयांची बाटली घेऊन परदेशी पैसा पाठविण्यात काय अर्थ आहे?' असे आबा त्यावेळी बोलले होते. गांधींची स्वाक्षरी पाहतापाहता ते शब्द सुभाषला आठवले. त्यावेळी त्यांचा अर्थ त्याला कळला नव्हता; आज एकदम तो त्याला उमगला. तो आबांकडे आदराने पाहू लागला. त्याला वाटले, स्वाती सुरू झाल्या म्हणजे समुद्रातल्या शिंपल्यांची तोंडे उघडतात आणि त्यात पडणाऱ्या पावसाच्या थेंबांचे मोती होतात असे वामनपंडिताचा एक श्लोक शिकविताना मराठीचे मास्तर म्हणाले होते. आपल्या मनाचे सारेसारे कप्पे त्या शिंपल्यांप्रमाणे आज उघडले जात आहेत. दादासाहेबांचा शब्द नि शब्द मनाच्या या उघड्या कप्प्यात आज आपण टिपून ठेवला पाहिजे. तरच आपल्याला त्यांच्यासारखे मोठे होता येईल, जगाचे डोळे दिपतील असे काहीतरी करून दाखविता येईल!

ते स्टेशनवर आले तेव्हा गाडी यायला दहा-पंधरा मिनिटे होती. आवारात सात-आठ सुंदर मोटारी डौलाने उभ्या असलेल्या त्याला दिसल्या. वरातीत नटूनथटून मिरवणाऱ्या बायकांसारख्या वाटल्या त्या त्याला! त्यातल्या दोन-तीन त्याच्या ओळखीच्या होत्या. ती-ती फिकट निळ्या रंगाची गाडी कलेक्टरांची. खाली काळी आणि वर पिवळी असलेली ऐटबाज गाडी गिरणीमालकांची. परकऱ्या पोरीप्रमाणे दिसणारी ती बेबी ऑस्टिन...

काळाबाजार करून या काळ्यापिवळ्या गिरणीमालकाने लाखो रुपये मिळविले आहेत असे आबांच्या तोंडून त्याने अनेकदा ऐकले होते. ही लुच्ची माणसे दादासाहेबांपुढे नाचायला आणि त्यांना आपल्या बंगल्यात उतरवून घ्यायला आली असतील! ते आपल्या गाडीत येऊन बसले म्हणजे या धेंडांची चांगली खोड मोडेल, या विचाराने सुभाषला गुदगुल्या झाल्या.

आबांबरोबर तो फलाटावर आला. नखशिखान्त खादीचा पांढराशुभ्र पोशाख केलेले गिरणी-मालक समोरच उभे होते. त्यांना पाहताच आबांनी झटकन आपले हात वर उचलले. सुभाषला आबांचा राग आला. ज्या माणसाला फाशी दिले पाहिजे असे ते घरी म्हणतात, त्याला नमस्कार करण्याइतकी लाचारी त्यांनी का दाखवावी हे त्याला कळेना! आबांच्या दुबळेपणाविषयी त्याच्या मनात तिरस्काराची छटा निर्माण झाली.

गाडी स्टेशनात घुसली. सारी बडी मंडळी लगबगीने पहिल्या वर्गाच्या डब्याकडे धावली. या गर्दीतून पुढे होऊन आबांनी डब्यात शिरावे आणि दादासाहेबांचा हात धरून त्यांना खाली घेऊन यावे असे सुभाषला एकसारखे वाटत होते. त्याला त्यांच्या दुबळेपणाची मनस्वी चीड आली. भेदरलेल्या सशाप्रमाणे डब्याकडे भिरिभिरी पाहत ते नुसते उभे होते!

कितीतरी लोकांनी वांदरांप्रमाणे पटापट डब्यात शिरून दादासाहेबांना हार घातले. मग कलेक्टर त्यांचा हात धरून डब्याबाहेर आले. स्मितयुक्त मुद्रेने दादासाहेब सर्वांना नमस्कार करीत होते. त्यांची ती हसरी रुबाबदार मूर्ती पाहून सुभाष आनंदाने फुलून गेला. आपण दादासाहेबांना गुरू केले तर मोठेपणी आपलेही असेच स्वागत होईल ही कल्पना त्याच्या मनाच्या कोपऱ्यात लाजतमुरकत हसली आणि अदृश्य झाली. त्याची छाती धडधडू लागली. आबांना जोराने पुढे ढकलावे, नाहीतर आपणच दादासाहेबांना मोठ्याने हाक मारावी असे त्याच्या मनात आले. पण त्याचा हात हलला नाही, तोंड उघडले नाही.

इतक्यात दादासाहेबांची दृष्टी आबांकडे वळली. त्यांनी हात उंच करून हलवला. गर्दीतून वाट काढीत घाईघाईने ते पुढे आले. आबांना कडकडून मिठी मारली त्यांनी! चौदा वर्षांनी राम भरताला भेटला तेव्हाचे वर्णन सुभाषने एका कवितेत वाचले होते, तस्से भेटत होते आबा आणि दादा! दादासाहेबांनी आपल्या गळ्यातील एक हार काढून तो आबांच्या गळ्यात घातला आणि कलेक्टर, गिरणीमालक इत्यादी बड्या मंडळींकडे वळून ते म्हणाले, ''किती किती वर्षांनी आम्ही बालमित्र भेटतोय!''

सुभाष दादासाहेबांकडे मोठ्या भक्तीने पाहू लागला. हा कोण म्हणून ते पुढल्या क्षणी आबांना विचारणार, या कल्पनेने त्याची छाती धडधडू लागली.

दादासाहेब आबांशी कुजबुजत होते. ते थेट कलेक्टरांच्या बंगल्यावर जाणार आहेत ही जाणीव त्या कुजबुजीतून सुभाषला झाली. डोंगरमाथ्यावर उगवत्या सूर्यबिंबाचे दर्शन घेत उभ्या असलेल्या मनुष्याला मागून येऊन कुणीतरी दरीत ढकलून द्यावे तसे त्याला झाले! इतक्यात कलेक्टर दादासाहेबांना म्हणाले, ''चलायचं ना?''

कलेक्टरबरोबर एक कुरळ्या केसांचा बारा-तेरा वर्षांचा मुलगा होता. तो दिसताच सुभाषचा सारा धीटपणा जागृत झाला. त्या मुलाला आपल्याआधी स्वाक्षरी मिळता कामा नये या ईर्ष्येने तो एकदम पुढे झाला आणि दादासाहेबांना म्हणाला, ''मी आबांचा मुलगा- सुभाष! मला स्वाक्षरी हवीय तुमची; आणि संदेशही!'' दादासाहेबांनी त्याच्याकडे कौतुकाने पाहिले आणि आबांकडे वळून ते म्हणाले, ''तुझ्यासारखा भित्रा नाही हा! उद्या परदेशांत आपल्या राष्ट्राचा वकील म्हणून चांगलं काम करील!'' सारी मंडळी मोठ्याने हसली. सुभाषची पाठ थोपटीत दादासाहेब म्हणाले, ''मोठं छान नाव आहे हं तुझं!'' मग त्याच्या हातातले स्वाक्षरीचे ते छोटे पुस्तक घेऊन झर्रकन त्यांनी त्यात काहीतरी लिहिले. सुभाषने वही परत घेतली. दादासाहेबांनी वळणदार अक्षरांत संदेश दिला होता– 'जीवन ही पूजा आहे.' सुभाषच्या हृदयाला या वाक्याने गुदगुल्या केल्या. त्याच्या डोळ्यांपुढून अनेक दृश्ये एकमेकांत मिसळत गेली. सुंदर मूर्ती, सुवासिक फुले, शुचिर्भूत माणसे, स्वत:ला जाळून घेऊन सुगंध पसरविणाऱ्या उदबत्त्या आणि कापराच्या वड्या, मंजूळ घंटानाद, गंभीर मंत्रघोष...

ते वाक्य म्हणजे एका उच्च, उदात्त जगाचे महाद्वार होते!

* * *

पाहुणे आपल्या घरी उतरायला आले नाहीत म्हणून आईला फार वाईट वाटले हे सुभाषच्या लक्षात आले. पण तो आपल्याच नादात होता. स्वत:शीच गुणगुणत होता, 'जीवन ही पूजा आहे.' आईने आबांना प्रश्न केला, ''त्यांनी आपल्याकडे यायचं कबूल केलं होतं ना?'' आबा उत्तरले, ''अगं, आपणहून लिहिलं होतं त्यानं मला तसं! पण तो फार बडा माणूस झालाय! मोठ्या माणसांना आपल्या मनाप्रमाणं वागता येत नाही कधी. काही करून जेवायला येतोच येतो, असं म्हणाला हे काय थोडं झालं?'' एरवी हे बोलणे ऐकून सुभाष स्वस्थ बसला नसता, पण त्याचे मन वाऱ्यावर तरंगणाऱ्या एखाद्या पिसाप्रमाणे स्वच्छंदाने भ्रमत होते. दादासाहेबांचा तो संदेश त्याच्या डोळ्यांपुढे नाचत होता. त्याच्या पाठीला त्यांचा वत्सल स्पर्श क्षणोक्षणी जाणवत होता.

नऊ वाजता तो शाळेत गेला तो एखाद्या फुलपाखरासारखा! क्षणाक्षणाला आपल्या भाषणाची तो मनातल्या मनात उजळणी करीत होता. पण दादासाहेबांना

मुळातच शाळेत यायला उशीर झाला. त्यांनी पत्रकारांना दिलेली मुलाखत फार वेळ लांबली म्हणे! पुढे अधिक वेळ शाळेत थांबणेही त्यांना शक्य नव्हते. गाणी, संवाद वगैरे कार्यक्रम रद्द करण्याशिवाय हेडमास्तरांना गती उरली नाही. गांधींचे ते स्फूर्तिदायक भाषण दादासाहेबांपुढे म्हणून दाखविण्याची संधी हुकली म्हणून सुभाषचा फार विरस झाला. ते बोलू लागले तेव्हा त्यांच्या भाषणाकडे काही केल्या त्याचे लक्ष लागेना! मधेच टाळ्यांचा मोठा कडकडाट झाला. दादासाहेब काहीतरी फार सुंदर बोलले असावेत! मोठ्या कष्टाने मन एकाग्र करून तो ऐकू लागला. ते म्हणत होते, "उद्याचे नेहरू आणि पटेल तुमच्यातून निर्माण व्हायचे आहेत!" लगेच सुभाषकडे बोट दाखवून ते म्हणाले, "हा तुमच्यातला सुभाष– उद्या खरोखरीच दुसरा सुभाषचंद्र बोस होईल तो! त्यात अशक्य असं काय आहे?" टाळ्यांचा मोठा कडकडाट झाला. सुभाषला अतिशय शरमल्यासारखे वाटले, पण ते क्षणभरच! दुसऱ्याच क्षणी आनंदाच्या डोंगरलाटांवर त्याच्या शरीराचा कण नि कण नाचू लागला!

भाषण संपल्यावर दादासाहेब आपल्या घरी जेवायला येतील अशी त्याची अपेक्षा होती, पण आबांच्या कानांशी लागून ते गिरणी-मालकांच्या बरोबर जायला निघाले तेव्हा मात्र त्याला त्यांचा राग आला. दादासाहेब राष्ट्रीय शाळेत होते तेव्हाच्या त्यांच्या सर्व आवडीनिवडी आबांनी आईला सांगितल्या होत्या. तिने मुद्दाम त्यांच्या आवडीचे पदार्थ तयार केले होते. पण—

संध्याकाळी आबांच्याबरोबर सभेला जाईपर्यंत सुभाष चिडलेल्या मन:स्थितीत होता पण दादासाहेबांचे भाषण सुरू झाले मात्र! सोसाट्याच्या वाऱ्याने पाहतापाहता आभाळातले काळेकुट्ट ढग नाहीसे व्हावेत त्याप्रमाणे चीड, असंतोष, विफलता यांनी काजळलेले त्याचे मन त्याला नकळत प्रसन्न होऊ लागले. एखाद्या सुंदर खाडीच्या प्रवाहात वल्हेसुद्धा न हलविता नौकेने तरंगत जावे तसा अनुभव त्याला आला. असले वक्तृत्व त्याने आजपर्यंत ऐकले नव्हते. हजारो लोक शांतपणाने दादासाहेबांचा शब्द नि शब्द जणूकाही हृदयावर कोरून घेत होते. मधेच निर्माण होणाऱ्या हशाने किंवा कडकडणाऱ्या टाळ्यांनी चित्राप्रमाणे तटस्थ बसलेल्या त्या सभेचे स्वरूप अधिकच गंभीर भासे. दादासाहेबांनी गांधीजींचा वारंवार उल्लेख केला. त्यांच्या मार्गाने केवळ आपलेच नव्हेत तर साऱ्या जगाचे सारे प्रश्न सुटणार आहेत असे त्यांनी आवेशाने सांगितले. त्यांच्या प्रतिपादनाचा अर्थ सुभाषला नीट कळला नाही, पण दादासाहेबांना तो मार्ग माहीत आहे, आबासारख्या आपल्या मित्राच्या मुलाला ते तो केव्हाही दाखवतील या कल्पनेने त्याचे मन फुलून गेले. चाळीस मुलांचा वर्गसुद्धा आपल्या आबांना शांत ठेवता येत नाही, पण दादासाहेब मात्र एखाद्या जादूगाराप्रमाणे हजारो मोठ्या माणसांना एका जागी दीड-दोन तास

खिळवू शकतात हे पाहून त्याचा त्यांच्याविषयीचा आदर दुणावला. शाळेतल्या वादविवाद सभांत आपण चांगले बोलतो, तो गुण आपण खूपखूप वाढविला पाहिजे म्हणजे आपणालाही असा दिग्विजय करता येईल या सुखस्वप्नात तो रमून गेला.

सभा संपल्यावर दादासाहेबांनी आबांना मुद्दाम बोलावून घेतले. गिरणीमालकांच्या त्या मोठ्या सुंदर काळ्यापिवळ्या गाडीत आबांना आणि सुभाषला चढवीत ते म्हणाले, ''सुटलो एकदाचा. आता एक तासभर तुझ्या घरी निवांतपणानं काढायला हरकत नाही.'' घरी येताच मुद्दाम स्वयंपाकघरात जाऊन ते म्हणाले, ''वहिनी, तुम्ही खूप रागावला असाल माझ्यावर! पण माझा अगदी नाइलाज होता बघा. त्या कलेक्टरांच्या भावाला आपली मुलगी द्यायचा बेत चाललाय आमच्या काकांचा. या सौभद्रातलं कृष्णाचं काम अचानक माझ्याकडे आलं. त्या गिरणीवाल्याची कुठलीशी एजन्सी माझ्या मेव्हण्याच्या मेव्हण्याला हवी आहे; ते काम केलं नसतं तर उद्या घरी गेल्यावर... अहो, तुरुंगाला न भिणारा माणूससुद्धा आपल्या बायकोला भितोच.''

सारी एकदम हसली. दादासाहेबांच्या या बोलण्याची सुभाषला मोठी गंमत वाटली. ते पुढे म्हणाले, ''दुपारी माझ्यासाठी तुम्ही जे केलं असेल ते सारं डब्यात घालून द्या मला. रात्री गाडीत स्वस्थपणानं- मात्र आता फक्कडसा चहा हवा हं! दोन तास आपला वेड्यासारखा ओरडत होतो. तुमचा चहा होईपर्यंत मी अन् आबा गप्पा मारीत बसतो. खूपखूप बोलायचं राहिलंय आमचं!''

चहा घेऊन जाण्याकरिता आईने सुभाषला स्वयंपाकघराच्या दारात तिष्ठत ठेवले तेव्हा असा राग आला त्याला तिचा! दादासाहेब कसे बसतात, उठतात, काय काय बोलतात, आबांशी ते किती मनमोकळेपणाने वागतात हे सारेसारे त्याला पाहायचे होते, डोळ्यांनी पिऊन हृदयात साठवायचे होते. जणूकाही ओसाड रानात पारिजातक एकदम बहरला होता, त्याची मोहक फुले टपटप खाली पडत होती आणि ती नाजूक सुगंधी फुले वेचायला त्याची आई त्याला बंदी करीत होती! कुणाच्यातरी करांगुलीने सतारीची तार कंपित व्हावी, पण लगेच ती अंगुली दूर होऊन तिच्यातून स्पष्ट असा कुठलाही स्वर निघू नये तशी त्याच्या मनाची स्थिती झाली. स्टोव्हवर पाच-सात मिनिटांत चहा झाला. पण ती मिनिटे त्याला पाच-सात शतकांसारखी वाटली.

ताटात चहाचे पेले आणि चिवड्याच्या बशा घेऊन मोठ्या अधीरतेने सुभाष बैठकीच्या खोलीकडे वळला. तो दारापासून दूर असतानाच दादासाहेबांचे शब्द त्याच्या कानांवर पडले, ''सुभाष आता सहावीत आहे ना? पुढं मॅट्रिक झाल्यावर त्याला कुठला कोर्स –''

आबा मधेच किंचित घोगऱ्या आवाजात उद्गारले, ''तुझ्या वशिल्यानं कुठंतरी

नोकरीत चिकटवून द्यावा म्हणतो त्याला!''

सुभाष जागच्या जागी थबकला. त्याचे हात कापू लागले. आपल्या हातातले ताट खाली पडते की काय असे क्षणभर त्याला वाटले. त्याच्या वर्गातला तीन विषयांत नापास होणारा हॉटेलवाल्याचा मुलगासुद्धा कॉलेजात जाण्याचा बेत करीत होता. खूपखूप शिकायचे, विद्वान व्हायचे, दादासाहेबांसारखी देशसेवा करायची अशी कितीतरी स्वप्ने पहिल्या पाच नंबरात नेहमी राहणाऱ्या सुभाषच्या मनात गेल्या वर्ष-दीड वर्षांत उमलू लागली होती. पण आबांच्या त्या एका वाक्याने त्या रंगीबेरंगी स्वप्नांचे तुकडेतुकडे झाले. त्या तुकड्यांच्या काचा आपले काळीज कापीत जात आहेत असा त्याला भास झाला.

आबांचे शब्द ऐकू येऊ लागले, ''हे पाहा दादा, मी पडलो गरीब मास्तर! सुभाषला शिकवायची फार हौस आहे मला, पण सध्याच्या काळात गरिबांनी हौस बाळगणं हा शस्त्र बाळगण्यापेक्षासुद्धा मोठा गुन्हा आहे!''

मोठ्याने हसून दादासाहेब उद्‌गारले, ''अगदी तीस वर्षांपूर्वीचा राष्ट्रीय शाळेतला मास्तर राहिलायस तू अजून! रागावू नकोस आबा. विशी-पंचविशीत तुझा ध्येयवाद ठीक होता. मीसुद्धा तुझ्याइतकाच ध्येयवादी होतो की तेव्हा! पण तू एक गोष्ट विसरलास. झाडाला पाणी घालणारानं वर चढून फळं काढण्याची हिंमत दाखविली पाहिजे. तो जन्मभर पाणीच घालीत राहिला तर जाणारायेणारांनी फळं पाडण्याकरिता मारलेले धोंडे टाळक्यात बसून त्याचा कपाळमोक्ष तेवढा होतो!''

दादासाहेब बोलताबोलता थांबले. आबा स्तब्ध बसले असावेत. ताटातला चहा निवून जात होता. आपण खोलीत जायला ही वेळ बरी आहे असे सुभाषला वाटले. इतक्यात दादासाहेबांचे शब्द त्याच्या कानांवर आले; तो पुन्हा जागच्याजागी थांबला.

ते म्हणत होते, ''आबा, आजच्या जगात फक्त दोनच प्रकारची माणसं सुखी होऊ शकतात– ढोंगी आणि संन्याशी!''

आबा वरकरणी हसत, पण अंतर्यामी चाचरत उद्‌गारले, ''थट्टा करतोयस माझी दादा तू!''

दादासाहेब गंभीरपणाने म्हणाले, ''ही थट्टा नाही आबा. तीस वर्षांच्या माझ्या सार्वजनिक आयुष्याचं, माझ्या उत्कर्षाचं सार आहे हे! तुझ्यापाशी तरी खरं बोलू दे मला! बेचाळीसच्या चळवळीत तुरुंगाच्या उंच भिंतीवरून उडी मारून पसार झाल्याबद्दल लोक अजून जाहीर सभांत माझं कौतुक करतात. पण तो सारा डाव एका अडाणी शेतकऱ्याचा होता. त्याचं नावसुद्धा कुणाला ठाऊक नाही. त्याची बायकापोरं कुठंतरी कष्ट करून अर्धपोटी राबत असतील! जग हे असं आहे! त्याला काय करायचं? सकाळी स्टेशनवर तुझ्या सुभाषनं मला संदेश मागितला. 'जीवन ही पूजा आहे' हे वाक्य मोठ्या ऐटीत मी त्याला लिहून दिले. लहान मुलांना असली

नकली सुभाषितं फार आवडतात. त्यांचा खराखुरा अर्थ त्यांच्या लक्षात कधीच येत नाही. पण मोठी माणसं पूजा का करतात सांगू का? ज्याला आपण देव मानतो तो एक ओबडधोबड काळा फत्तर आहे हे जगापासून– प्रसंगी स्वत:पासूनही लपवून ठेवण्यासाठी! शब्दांच्या आणि भावनांच्या शृंगारानं जीवनातली कुरूप, नागडी-उघडी सत्यंही आपण अशीच सुंदर बनवून दाखवितो!''

दादासाहेब थांबले. सुभाषला त्यांचे मघाचे व्याख्यान आठवले. तो आवेश– तो उपदेश– आणि हे उद्गार!

त्याचा आपल्या कानांवर विश्वास बसेना. मघाशी गांधींच्या तत्त्वज्ञानाचा तन्मयतेने पुरस्कार करणारे दादासाहेब आणि आता आबांपाशी आपले अंतरंग उघडे करणारे दादासाहेब एकच आहेत असे काही केल्या त्याला वाटेना! आत आबा कापऱ्या स्वराने म्हणत होते, ''दादा, गांधींच्या चळवळीत तू बडा माणूस बनलास! तू तरी असं –''

दादासाहेब गंभीर स्वराने उत्तरले, ''आबा, गांधींची गोष्ट निराळी, तुझ्या माझ्यासारख्यांची गोष्ट निराळी! कैलासासारख्या हिमालयाच्या उंच शिखरावर फक्त शंकरच राहू शकतो. 'जीवन हे मंदिर आहे', 'त्याग हा त्याचा पाया आहे' वगैरे कल्पना तशाच आहेत. त्या काव्यात छान दिसतात. त्या कविता सुभाषसारख्या पोरांना तू शाळेत अवश्य शिकवीत जा. पण शाळेच्या बाहेर तू शिक्षक नाहीस. बाप आहेस. आपल्या मुलाला मोठं करणं, त्याला सुखी करणं, जगाच्या शर्यतीत तो पुढे राहील अशी व्यवस्था करणं हे तुझं कर्तव्य आहे. शाळेच्या चार भिंतींबाहेरचं जग हे मंदिर नाही; तो बाजार आहे आबा. साधा बाजार नव्हे, अगदी मासळी-बाजार! हे जो विसरतो– तूच पाहा. तू नि मी बरोबरचे. शाळेत तू माझ्यापेक्षा हुशार विद्यार्थी होतास; पुढं माझ्यापेक्षा लोकप्रिय शिक्षक झालास! पण मी आज मुंबईला प्रशस्त बंगल्यात राहतो आणि तू एका सामान्य गावातसुद्धा गलिच्छ बोळातल्या जुनाट घरात!''

दादासाहेबांचे एकएक वाक्य सुभाषच्या डोक्यात घणासारखे बसत होते. आपल्या मनात गेले वर्ष-दीड वर्ष तो ज्या ध्येयमूर्तीची पूजा करीत होता तिच्या त्या घावांनी ठिकऱ्या उडत होत्या. त्या त्याला पाहवेनात. तो भान विसरला. आपल्या हातांत चहाचे ताट आहे याची शुद्ध त्याला राहिली नाही. विचारांच्या आवेगासरशी त्याच्या हातांची पकड सैल झाली. त्याच्या हातांतले ताट खणकन खाली पडले. त्यातल्या पेल्यांचे खळकन तुकडे झाले. आबा कर्कश स्वराने ओरडले, ''गाढवा!''

लगेच ते खोलीतून रागारागाने बाहेर आले. फाडकन त्यांनी सुभाषच्या थोबाडात मारली.

* * *

सुभाष दचकून जागा झाला. संत्रस्त मनाने त्याने डोळे किलकिले केले. आपल्या डोळ्यांवर कुणीतरी एकदम विजेच्या बत्तीचा प्रकाश टाकला असावा असे त्याला वाटले. खिडकीतून विकट हास्य करीत आलेल्या एका विजेच्या चमकाऱ्याने त्याचे डोळे दिपून गेले. ते घट्ट मिटून घेताघेता त्याला वाटले, मध्यरात्रीच्या या अंधारात विजेची बत्ती घेऊन परमेश्वर काय शोधीत असेल बरे? ती वस्तू फार महत्त्वाची असली पाहिजे. एवढ्यातेवढ्या गोष्टीसाठी देव कधी आपली सुखशय्या सोडून पृथ्वीवर असा धावत येईल का? या कल्पनेचे त्याला मोठे कौतुक वाटले. अशा कल्पना पूर्वी आपल्याला सहसा सुचत नसत. गेल्या वर्ष-दीड वर्षांतच त्या आपल्या मनात येऊ लागल्या आहेत. असे का व्हावे? अशा कल्पना सुचणे हे चांगले की...

त्याच्या उजव्या कानापाशी एक डास गुणगुणत होता. त्याला पकडण्याचा त्याने प्रयत्न केला; काल रात्रीसारखाच तो निष्फळ ठरला. त्या धांदलीत त्याचा हात आपल्या गालाला लागला. शरीराची वेदना क्षणभर स्फुंदून शांत झाली. त्याच्या मनाचे धुमसणे मात्र थांबेना. ज्या अपमानाचा विचार करून केवळ थकल्यामुळे त्याचे मन श्रांत शरीराच्या आश्रयाने स्वत:ला विसरू पाहत होते, त्याचा ते पुन्हा रागारागाने विचार करू लागले.

आबांविरुद्ध ते चिडून, उफाळून उठले. आपले वडील ढोंगी आहेत, दुबळे आहते, जुलमी आहेत, त्यांच्याविरुद्ध आपण बंड केले पाहिजे; आपण हे घर सोडून कुठेतरी दूरदूर गेल्याशिवाय त्यांना चांगली अद्दल घडणार नाही, अशा तऱ्हेच्या विचारांनी ते भरून गेले.

उन्हाच्या झळांमागून झळा याव्या तसे या विचारांचे चक्र सुरू होते.

सकाळी त्या गिरणीमालकाला लाचारपणाने नमस्कार करणारे आबा आपल्या हातून चुकून ताट खाली पडले, त्यातले पेले फुटले म्हणून काय त्यांनी आपल्यावर इतके रागवावे? दादासाहेबांसारख्या प्रतिष्ठित पाहुण्यांच्या पुढ्यात त्यांनी एवढ्या मोठ्या मुलाच्या मुस्काटात मारावी?

त्याच्या मनात आले, आपण मिळविते झालो की, पहिल्या पगारातून अत्यंत सुंदर अशा कपबशांचे बारा जोड घेऊन ते आबांकडे पाठवून देऊ. म्हणजे —

आपली ही कल्पना अगदी वेडगळ आहे असे त्याचे त्यालाच वाटले. आबांना नसली तरी दादासाहेबांना आपली किंमत— तो स्वत:शीच हसला.

सुभाष आता दादासाहेबांचा विचार करू लागला, पण काल रात्रीप्रमाणे केवळ भक्तीच्या भावनेने त्याला त्यांच्याकडे पाहता येईना. आपल्या भावनेला कुठेतरी तडा गेला आहे याची जाणीव त्याला झाली. दादासाहेब आबांपेक्षा मोठे आहेत, श्रेष्ठ आहेत यात मुळीच शंका नाही. पण —

त्याच्या डोळ्यांपुढे आजोळच्या गावाजवळची ती दुसरी देवमूर्ती उभी राहिली. जागते देवस्थान होते ते! हजारो माणसे लोटत देवाच्या त्या वार्षिक जत्रेला! छोट्या सुभाषने ती गर्दी प्रथम पाहिली, तेव्हा त्या देवाच्या मोठेपणाविषयी त्याची खात्री होऊन चुकली. पण पुढे एका सुट्टीत तो आजोळी गेला तेव्हा ती भव्य मूर्ती देवळाच्या मागच्या बाजूला अडगळीत अस्ताव्यस्त पडलेली त्याला दिसली! तिचे पाय वाळवीने खाल्ले होते. त्या लाकडी देवाचा निर्जीव चेहरा केविलवाणा दिसत होता; गावकऱ्यांनी तिचे उच्चाटन करून तिच्या जागी दुसरी नवी मूर्ती स्थापन केली होती!

दादासाहेबांविषयीच्या विचारात गुंग असताना ती मूर्ती आपल्याला का आठवावी हे त्याला कळेना. पण काही केल्या ती त्याच्या डोळ्यांपुढून हलेना. सकाळी हसतमुखाने सर्वांचे नमस्कार घेत आगगाडीतून उतरणारे सौजन्यमूर्ती दादासाहेब, शाळेत 'तुमच्यातूनच पुढल्या पिढीचे नेहरू-पटेल निर्माण होणार आहेत' म्हणून मुलांना हरभऱ्याच्या झाडावर चढविणारे व्यवहारचतुर दादासाहेब, संध्याकाळी हजारो लोकांना गांधीजींचा आणि त्यांच्या तत्त्वज्ञानाचा मोठेपणा आवेशपूर्ण वक्तृत्वाने पटवून देणारे पुढारी दादासाहेब आणि तिथून घरी आल्यावर आबांशी सुखदुःखांच्या गोष्टी प्रामाणिकपणाने बोलणारे, मित्र म्हणून त्यांची कानउघाडणी करणारे दादासाहेब... ही सारी रूपे एकाच माणसाची आहेत हे मनात येताच त्याला प्रथम आश्चर्य आणि मग भय वाटू लागले!

दोन वर्षांपूर्वी कुठलेतरी प्रदर्शन पाहायला तो आबांबरोबर गेला होता. एके ठिकाणी तीन-चार आरसे लावले होते. प्रत्येक आरशात माणसाचे रूप निराळे– चित्रविचित्र दिसे. ते आरसे आता त्याला आठवले. तो अधिकच गोंधळला!

त्याला भास झाला– दादासाहेब आबांशी बोलत आहेत. ते म्हणताहेत, 'जगात फक्त दोनच प्रकारची माणसं सुखी होतात– ढोंगी आणि संन्याशी!' संध्याकाळी हे वाक्य त्याने प्रथम ऐकले तेव्हा त्याला ते एखाद्या विचित्र सुभाषितासारखे वाटले होते. आता त्याचा विचार करता करता त्याच्या अंगावर काटा उभा राहिला. त्याचा अर्थ पूर्णपणे जाणण्याच्या भानगडीत आपण पडू नये असे त्याला वाटले. त्या वाक्याचा मुळीच विचार करायचा नाही असे त्याने ठरविले. आपल्यामागून घरी येणारी कुत्र्याची घाणेरडी पिले दगड मारून त्याने अनेकदा हाकून दिली होती. पण या वाक्याच्या बाबतीत त्याला ते जमेना! फणसाचा डिंक चोळून घालविण्याचा प्रयत्न करता करता तो हाताला अधिकच चिकटून बसावा तसे ते त्याच्या मनात अधिकाधिक खोल जाऊ लागले.

बाहेर मेघ गडगडत होते; विजा कडकडत होत्या. पण त्या कानठळ्या बसविणाऱ्या आवाजातूनही दादासाहेबांचे वाक्य त्याला ऐकू येतच होते– 'जगात

फक्त दोनच प्रकारची माणसं सुखी होतात– ढोंगी आणि संन्याशी!'

तो विचार करू लागला. दादासाहेब सुखी आहेत यात शंका नाही. ते संन्याशी तर खास नाहीत. मग काय ते ढोंगी आहेत? छे, असे कसे म्हणता येईल? पुढारी कधी ढोंगी असतात का? पण त्यांनी सभेत एक सांगितले आणि आबांशी बोलताना ते दुसरे बोलले. असे का वागावे त्यांनी? ते आबांशी कळकळीने बोलत होते यात मुळीच संशय नाही. आबा आपल्याला पुढे कॉलेजात पाठविणार नाहीत याचा राग आला त्यांना! आपल्या मित्राचा मुलगा मोठा व्हावा, विद्वान व्हावा, कुठल्यातरी गलिच्छ बोळातल्या जुनाट घरात राहायची पाळी त्याच्यावर येऊ नये, त्याने चांगल्या बंगल्यात राहावे अशीच त्यांची इच्छा आहे. तिच्यात वावगे असे काय आहे? आबा त्यांचे बोलणे ऐकून वेड्यासारखे रागावले! त्या रागाच्या भरातच त्यांनी आपल्याला मारले असावे! आबांच्या पोटी आपण उगीच जन्माला आलो; दादासाहेब आपले वडील असायला हवे होते!

अंथरुणाजवळ कुणाचीतरी पावले वाजली. आबांनी संध्याकाळी आपल्याला मारलेले आईला ठाऊक आहे. ती बहुधा मुद्दाम उठून आपले सांत्वन करण्याकरिता आली असावी असे त्याला वाटले. इतक्यात अगदी हलक्या स्वरात त्याला हाक ऐकू आली, "सुभाष –"

तो कापरा आवाज आबांचा होता! त्यांच्या हाकेला ओ द्यावी असे त्याच्या मनात आले. त्याच्या ओठांची किंचित चाळवाचाळव झाली. इतक्यात संध्याकाळचा तो सारा अपमानकारक प्रसंग त्याच्या डोळ्यांसमोर उभा राहिला. त्याचे ओठ क्षणार्धात निश्चल झाले. डोळे मिटून तो स्वस्थ पडून राहिला.

आबा वाकून आपल्या तोंडाकडे पाहत असावेत असे त्याला वाटले. त्यांचा श्वास त्याला चांगला ऐकू येत होता. पावसाळ्यात एखादे वेळी त्यांना दम्याचा त्रास होतो. आज तसे काही– त्याशिवाय इतका जोराचा श्वास...

आबा खोकू लागले. श्वास दूर गेला. पुढल्याच क्षणी आपल्या केसांवरून ते हात फिरवीत आहेत याची जाणीव त्याला झाली. किती हळुवार स्पर्श होता तो! आजोळी आपल्याबरोबर खेळायला एक गोरीगोरीपान मुलगी येत असे. तिची– आपली एकदा तुट्टी झाली होती. पुन्हा गट्टी झाल्यावर ती रडायला लागली. तेव्हा आपण तिच्या केसांवरून असाच हात फिरविला होता. पण आपल्या त्या स्पर्शात नुसता आनंद होता. आबांच्या या स्पर्शात–

दादासाहेबांच्या सकाळच्या स्पर्शापेक्षासुद्धा यात अधिक असे काहीतरी आहे. अमृत? छे! अमृत कधी पृथ्वीवर मिळेल का? मग– आबांचा हात आता त्याच्या उजव्या गालावरून फिरत होता. जणूकाही कुणीतरी आंधळा फुलवेडा फुलांना स्पर्श करण्याचा प्रयत्न करीत होता. संध्याकाळी याच गालावर आबांनी आपल्याला

मारले होते. त्यांची बोटे अशी कापत का आहेत? इतके म्हातारे झाले आपले आबा? ती बोटे घट्ट धरावीत असे त्याच्या मनात आले. इतक्यात परत जाणाऱ्या आबांची चाहूल त्याच्या कानांवर पडली.

आता अंथरुणावर पडून राहणे अगदी अशक्य होते. काल रात्रीची त्याला आठवण झाली. दादासाहेब येणार या भावनेने काल आपण बेचैन होतो. आज ते येऊन गेले तरी आपण तसेच–

तो खिडकीपाशी जाऊन उभा राहिला. बाहेर पावसाची एक मोठी सर जोर ओसरल्यामुळे थांबण्याच्या विचारात होती. गती मंद करीत करीत स्टेशनात येणाऱ्या आगगाडीसारखी ती त्याला वाटली. त्याने आकाशाकडे पाहिले. ते अगदी काजळून गेले होते. स्वैर वाहणाऱ्या राक्षसी वाऱ्याने चांदण्यांचे नंदादीप मालवून टाकले होते. पंज्यांत उंदीर पकडून तो मारता मारता गुरगुरणाऱ्या काळ्या बोक्याप्रमाणे ढग कर्णकटू आवाज करीत होते. अंगात आलेल्या माणसाप्रमाणे वीज साऱ्या आभाळात वेडीवाकडी नाचत होती. ती एकदम कडकडली. प्रकाशाचा लोळच्या लोळ बाहेर पडला. ज्वालामुखीचा स्फोट होतो तेव्हा लाव्हा असाच बाहेर पडत असेल काय, अशी कल्पना सुभाषच्या मनात येते न येते तोच ताडताड करीत पावसाची दुसरी सर कोसळू लागली.

पेंगुळलेला सुभाष डोळे मिटून खिडकीला टेकून उभा राहिला. विजेचा कडकडाट त्याला ऐकू येतच होता. काल मध्यरात्री खिडकीपाशी उभे राहून सुचलेल्या देवालयाच्या कल्पनेची त्याला आठवण झाली. कालचे ते आपले भव्य देवालय कुणीतरी उद्ध्वस्त करीत आहे, सुंदर शिल्पाने शृंगारलेले त्याचे स्तंभ कडकड मोडून खाली पडत आहेत असे आता त्याला वाटले. या कल्पनेने त्याचे मन कंपित झाले.

आबांच्या खोकण्याचा आवाज त्याला ऐकू आला. संध्याकाळी हवा एकदम बदलली. तिचा त्रास होत असावा त्यांना! ते जागेच असावेत. संध्याकाळपासून आपण त्यांच्याशी एक शब्दसुद्धा बोललो नाही. आपला कैवार घेऊन आईही त्यांच्यावर रागावली. अपरात्री जवळ येऊन त्यांनी मायेने आपल्याला कुरवाळले, पण आपण मात्र– छे! आबांविषयी मघाशी उगीच मनात अढी धरली आपण! आपले आबा गरीब असले, दुबळे असले तरी ढोंगी नाहीत. त्यांनी कधी कुणाला फसविले नाही. आत एक-बाहेर एक असे वर्तन कध्धीकध्धी केले नाही त्यांनी!

आता आबांचा त्याला अभिमान वाटू लागला. आपल्या ध्येयाला ते आयुष्यभर चिकटून राहिले आहेत आणि दादासाहेब? सकाळी शाळेत आपल्याकडे बोट दाखवून 'हा मुलगा उद्या दुसरा सुभाषचंद्र बोस होईल' असे ते मोठ्या ऐटीने बोलले, पण ते केवळ टाळ्या मिळविण्याकरिता! संध्याकाळी ते आबांना इतके

टाकून बोलले पण 'तुझ्या मुलाचे शिक्षण मी पुरे करीन' असा नुसता शब्दांनी तरी त्यांनी आबांना धीर दिला का? दादासाहेबांचे मोठेपण म्हणजे पैसा, कीर्ती, प्रतिष्ठा! आबांचे मोठेपण– त्यांच्या पोटी आपण जन्माला आलो याचा आपल्याला अभिमान वाटायला हवा तो बाजूलाच राहिला! उलट मघाशी आपल्या मनात आले—

दिव्याची काजळी कुणीतरी झाडावी आणि मग उदास दिसू लागलेला प्रकाश खुदकन हसावा तशी त्याच्या मनाची स्थिती झाली. अस्से आबांच्या खोलीत जायचे, त्यांना झोप येत नसली तर त्यांचे पाय चेपीत बसायचे, 'मॅट्रिक झाल्यावर नोकरी करून मी माझं कॉलेजचं शिक्षण करीन' असे त्यांना सांगायचे– कितीतरी सुखद संकल्पांनी ते फुलून गेले.

तो हळूच आबांच्या खोलीकडे आला. आईचा आवाज त्याच्या कानांवर पडला. या वेळी विजू गाढ झोपलेली असणार, तेव्हा आई आबांशीच बोलत असावी!

सुभाष थबकला. त्याच्या कानांवर आईचे शब्द आले– ''उगीच मनाला लावून घेऊ नयेत असल्या गोष्टी. ज्यानं चोच दिलीय तो काय चारा देणार नाही?''

आबा उत्तरले, ''तुझा देवावर विश्वास आहे. त्यामुळे तुला स्वत:चं समाधान करून घेता येतं. पण माझ्या दृष्टीनं जगातला देवही माणूस आणि त्यातला राक्षसही माणूसच आहे. तीस वर्षांपूर्वी गांधींच्या हाकेला आम्ही ओ दिली ती आज ना उद्या या राक्षसांचा पराभव होईल या आशेनं! पण– उद्या माझा हुशार मुलगा कारकुनी करीत कुठल्या तरी कोपऱ्यात रखडत पडणार! आणि दादासारख्या माणसांची सामान्य बुद्धीची मुलं मजेत त्याच्यावर अधिकार गाजविणार! छे!''

आबांनी सुस्कारा सोडल्यासारखे सुभाषला वाटले. बाहेरच्या वादळी वाऱ्यापेक्षाही तो सुस्कारा भयंकर आहे असा भास झाला त्याला ! 'जाऊ दे ते' असे काहीतरी आई म्हणत होती. तिच्याकडे लक्ष न देता आबा बोलू लागले, ''माझं दु:ख कळायचं नाही गं तुला! दादा आज इथं आला नसता तर फार फार बरं झालं असतं. पण तो आला. माझ्याशी मोकळेपणानं बोलला नि– तो बोलला त्यात खोटं तरी काय होतं? ज्याला आपल्या मुलाला धड शिक्षण देता येत नाही, त्यानं ध्येयवादाची बडबड करण्यात काय हशील आहे? एका दृष्टीनं मी गुन्हेगार आहे. तुमचा सर्वांचा– मी– मी...''

पुढे शब्द ऐकू आला नाही. हुंदका मात्र सुभाषच्या कानांवर पडला. त्याचे काळीज थरथरले. संतापलेले आबा त्याने हजारदा पाहिले होते. पण रडताना, दु:ख करताना ते कधीही त्याच्या दृष्टीला पडले नव्हते. तीन-चार वर्षांपूर्वी आई फार आजारी होती. डॉक्टर गडबडले होते. पण तेव्हासुद्धा तिच्या उशाशी आबा एखाद्या पुतळ्याप्रमाणे निश्चल बसले होते. पण आज– आज काय झाले त्यांना असे?

जागच्या जागी खिळून राहिलेल्या सुभाषला एकदम एक विचित्र भास झाला.

त्याचा एक हात आबांनी धरला होता, दुसरा दादांच्या हातात होता. दोघेही त्याला जोरजोराने ओढीत होते. त्याचे हात दुखू लागले, खांद्यांतून कळा येऊ लागल्या तरी ते दोघे त्याला ओढीतच होते. आपण कुठल्या बाजूला जावे हे त्याला कळेना! आबांच्या बाजूला जायचे म्हणजे गरिबीत जगायचे, जुनाट पडक्या घरात कुढतरडत दिवस काढायचे!

छे, त्यापेक्षा दादासाहेबांच्या बाजूला जाणे बरे! तिथे बंगल्यात राहायला मिळेल, मोटारीतून मिरविता येईल! पण– पण तिथे पदोपदी ढोंगीपणाने वागावे लागेल, जाहीर सभेत एक बोलायचे आणि खासगी बैठकीत दुसरे सांगायचे असे करावे लागेल. लोकांची खोटी स्तुती करून त्यांना हरभऱ्याच्या झाडावर चढवावे लागेल. त्यांच्या भावनांचा फायदा करून घेण्याकरिता सत्याकडे पाठ फिरवावी लागेल!

गेल्या आठ-दहा वर्षांत पाठ केलेल्या साऱ्या उदात्त कविता जणूकाही त्याच्याभोवती किंचाळू लागल्या. तो तुकारामाचा अभंग, तो भर्तृहरीचा श्लोक, ती केशवसुतांच्या तुतारीतली कडवी, त्या स्कॉटच्या स्फूर्तिदायक ओळी, तो वर्डस्वर्थ, परवाच आबांनी मोठ्या तन्मयतेने शिकविलेली ती बोरकरांची कविता, त्यातल्या त्या दोन ओळी–

यज्ञीं ज्यांनीं देउनि निज शिर
घडिलें मानवतेचें मंदिर

ही सारी जणूकाही रागावून त्याच्याकडे पाहत होती. मनावरचे हे सारे संस्कार पुसणे सोपे नाही या जाणिवेने सुभाष हतबुद्ध झाला.

बाहेर वादळाचा जोर वाढत होता. ढगांच्या पाठीवर विजा फडाफड चाबकाचे फटकारे ओढीत होत्या. कुठलेतरी धरण फुटावे तसा पाऊस कोसळत होता. वाऱ्याचे खिदळणे आणि खिंकाळणे ऐकून कोंडून ठेवलेली भुते मोकाट सुटल्याचा भास होत होता!

सुभाषच्या मनातले वादळही क्षणाक्षणाला वाढत होते. त्याला वाटले, आपल्यापुढे उभे राहिलेले हे विचित्र कोडे उभ्या आयुष्यात आपल्याला सोडविता येणार नाही. मोठे व्हायचे म्हणजे असल्या भयंकर प्रश्नांना तोंड द्यायचे! छे, त्यापेक्षा माणसाने लहानच राहिलेले काय वाईट? तो मनाने पुन्हा बाळपणात परतण्याचा प्रयत्न करू लागला.

पलीकडे कुणीतरी खेळातल्या विमानाला किल्ली देत होते. कुणाच्यातरी बॅटने चेंडूला मारलेले टोले ऐकू येत होते. पण तेथे जाणे त्याला शक्य नव्हते. ज्या दारातून तो इकडे आला होता ते बंद झाले होते. त्याच्यावर डोके आपटून रक्तबंबाळ झाले तरी ते उघडणे शक्य नव्हते. पुढे जाण्याशिवाय दुसरी गतीच

उरली नाही त्याला! आबांसारखे व्हायचे की दादासाहेबांच्या पावलांवर पाऊल टाकायचे या प्रश्नाचे उत्तर आज ना उद्या त्याला द्यावेच लागणार होते!

त्याचे कपाळ तापले. मधाच्या पोळ्याला धोंडा मारून मधमाशा उठवाव्यात तशी दादासाहेबांनी आज त्याच्या विचारांची स्थिती करून सोडली होती.

त्याला उभे राहवेना. तो धडपडत पुढल्या बैठकीच्या खोलीत आला. खिडक्या उघड्या असल्यामुळे वादळाचे भेसूर स्वरूप या खोलीत अधिकच प्रतीत होत होते. मधेच वीज चमकली. त्या प्रकाशात त्याने गांधींच्या फोटोकडे पाहिले. त्याला काल घातलेल्या हारातली फुले सुकून खाली गळून पडली होती.

अंधारात सद्गदित स्वराने तो उद्गारला, ''बापूजी, मी काय करू? कुठल्या वाटेने जाऊ?''

जिंकलेल्या शहरात शिरणाऱ्या उन्मत्त सैनिकांप्रमाणे सोसाट्याचा वारा खोलीत घुसला. भिंतीवरले सारे फोटो त्याने गदगद हलविले. पुढल्या क्षणी त्यातला एक फोटो तुटून खळकन सुभाषच्या पुढ्यात पडला.

वीज चमकली. सुभाषने पाहिले, गांधींचाच फोटो होता तो! वरच्या काचेचे तुकडेतुकडे झाले होते, पण त्या विद्रुप तुकड्यांआडूनही गांधीजी हसत होते. त्यांचे सारे चरित्र त्याच्या डोळ्यांपुढे उभे राहिले.

पुन्हा भयाण अंधार पसरला. राक्षशिणीसारखी दिसणारी ही काळरात्र आपल्याला खायला येत आहे असा सुभाषला भास झाला. तो भीतीने ओरडणार होता, पण अंधारातही एक प्रकाशरेखा त्याला दिसली. ती वीज नव्हती; समोर फुटून पडलेल्या फोटोतले गांधीजींचे स्मित होते ते!

आता तो स्तब्ध उभा राहिला. या स्मिताच्या सोबतीने आयुष्याचा पुढला अवघड प्रवास आपण पार पाडू, अशी नवी आशा त्याच्या मनात अंकुरली. चक्काचूर होऊन पडलेल्या त्या फोटोला हात जोडून अंधारात त्याने शांतपणाने वंदन केले.

१९५०
☊

न पावलेला देव

तो क्षण—

अवखळ बालकाला आई पोटाशी धरून ठेवते त्याप्रमाणे त्या क्षणाला आपल्या बाहुपाशात बंदिवान करून ठेवावे असे लीलाला वाटले. त्या एका क्षणात कितीतरी रम्य दृश्यांचे संमेलन झाले होते! वसंत ऋतूतले हसरे सूर्योदय, बर्फाच्या पांढऱ्याशुभ्र टोप्या घातलेली हिवाळ्यातली पर्वतशिखरे, केसांत नाजूक फुले माळून नृत्य करणाऱ्या बालिकांप्रमाणे भासणाऱ्या सागराच्या लाटा, विशाल आकाशाला आपल्या मिठीत घेऊ पाहणारी इंद्रधनुष्ये– सृष्टीतले सारेसारे सौंदर्य त्या एका क्षणात अवतरले होते. मानवी हृदयातल्या सर्व कोमल भावनांचा अर्क काढून जणूकाही तो क्षण परमेश्वराने निर्माण केला होता.

लहान मुलाप्रमाणे हसत आणि गात रेडिओ एकसारखी तीच वार्ता सांगत होता, 'आपला विजय झाला. डॉ. बर्नार्ड कीलहॉर्न यांनी...'

शाळेच्या पायरीवर पुतळ्यासारखे स्वस्थ उभे राहणे लीलाला अगदी असह्य झाले. बागेत बागडणाऱ्या चिमण्या बालकांप्रमाणे आपणही स्वच्छंदाने धावत सुटावे, आनंदाने ओरडावे, नाचावे, गावे, स्वतःशीच हसत राहावे, एकसारखे हसत सुटावे, त्या बालकातल्या लाडक्या लिझाला जवळ ओढून तिचे पापे घेत सुटावे या इच्छेने तिचे मन फुलून गेले.

पण पुढल्याच क्षणी तिच्या मनाच्या कोपऱ्यात लपून बसलेली उदासीनता डोकावून पाहू लागली. तिला वाटले, 'आपण स्वप्नात तर नाही ना? आपण जे ऐकत आहो तो केवळ आपल्या भ्रमिष्ट मनाचा भास तर नाही ना?'

तिच्या मनाबरोबर तिचे शरीरही कंपित झाले. ती फाटकाकडे गेली. माळावरून हरिणांचे कळप स्वच्छंदाने उड्या मारीत जावेत तशी लहानथोर माणसांची रस्त्यावरली गर्दी दिसत होती. सर्वांच्या मुद्रांवरून आनंद ओसंडून वाहत होता. रेडिओ एकच ध्रुपद आळवीत होता, 'तिसरं महायुद्ध संपलं. आपला जय झाला. डॉ. बर्नार्ड

कीलहॉर्न यांच्या बुद्धिमत्तेमुळे आपलं राष्ट्र आज जगात अजिंक्य ठरलं. ते असंच चिरकाल वैभवाच्या शिखरावर राहील... तिसरं महायुद्ध संपलं. आपला जय झाला... डॉ. बर्नार्ड कीलहॉर्न यांच्या बुद्धिमत्तेमुळे...'

फाटकाचा आधार घेऊन लीला उभी राहिली. तिची सारी गात्रे आनंदाने थरथरत होती. जणूकाही वादकाने करांगुलीच्या कोमल स्पर्शाने छेडलेल्या वीणेच्या ताराच! हा ब्रह्मानंद तिने आयुष्यात यापूर्वी फक्त दोनदाच अनुभवला होता. ती परीक्षेत पहिली आली आणि परदेशी जाण्याकरिता भारत सरकारकडून तिला शिष्यवृत्ती मिळाली तेव्हा आणि पुढे सात वर्षांनी बर्नार्डसारख्या साऱ्या जगात श्रेष्ठ ठरलेल्या शास्त्रज्ञाने आपली भावी पत्नी म्हणून तिचे पहिले चुंबन घेतले तेव्हा!

रेडिओ जणूकाही टाळ्या पिटीत सांगत होता, 'आपलं राष्ट्र आज जगात अजिंक्य ठरलं. डॉ. बर्नार्ड कीलहॉर्न यांच्या बुद्धिमत्तेमुळे –'

ते विचित्र स्वप्न, गेली सात वर्षे पडत असलेले ते तिसऱ्या महायुद्धाचे भयंकर स्वप्न आता संपले होते. या दीर्घ काळात निरनिराळ्या संहारास्त्रांच्या संशोधनात गुंतलेला बर्नार्ड नक्की कुठे असतो हे लीलाला कधीच कळले नाही. तो कधी रणक्षेत्रावर जाई; कधी लहान मुलाने आपल्या रंगीबेरंगी खेळण्यात रमावे त्याप्रमाणे स्फोटक द्रव्ये हाताळीत तो आपल्या गुप्त संशोधनशाळेत बसे. विरहाच्या या दीर्घ काळात लीला मध्यरात्री दचकून जागी होई. मग बर्नार्डविषयी नाही नाही त्या कल्पना तिच्या मनात येत. पलंगावर त्याच्यासाठी म्हणून शेजारी ठेवलेल्या उशीत डोके खुपसून ती घटकाघटका स्फुंदे; मनसोक्त अश्रू गाळी. पण तिच्या हृदयावरला तो अनामिक भार काही केल्या हलका होत नसे. कुणीतरी राक्षस आपल्याला पोत्यात घालून, त्याचे तोंड बंद करून समुद्रात फेकीत आहे असे तिला वाटे आणि मग या कुशीवरून त्या कुशीवर तळमळत, बर्नार्डच्या मिठीत आणि त्याच्या कुशीत घालविलेल्या सुखक्षणांचे स्मरण करीत ती सारी रात्र पाण्याबाहेर काढलेल्या मासळीप्रमाणे तडफडत काढी.

आज—सात वर्षांची ती काळरात्र आज संपली होती. शेवटी उषःकालाचा सुवर्णक्षण उगवला होता. जणूकाही गेली सात वर्षे कुठल्यातरी चेटकिणीने तिला एका अज्ञात गुहेत बंदिवान करून ठेवले होते. आज त्या गुहेचे दार अकस्मात उघडले. सात वर्षांत तिने न पाहिलेला सूर्यप्रकाश आता तिच्याशी हसत– बोलत होता– खेळत होता. सात वर्षांत तिला स्पर्श न करू शकलेल्या वायुलहरी आता तिचे केस कुरवाळीत होत्या. सात वर्षांत तिच्या दृष्टीला न पडलेले गोड निळे आकाश तिच्या डोळ्यांतल्या बाहुल्यांशी फुगडी खेळण्याकरिता खाली उतरले होते.

"बाई, तुमचा फोन आलाय!"

"... बाई तुमचा फोन आलाय..."

लीलाने मागे वळून पाहिले. चिमुरडी लिझा ते शब्द पुन:पुन्हा लाडकेपणाने उच्चारीत होती.

लीलाने लिझाला चटकन उचलले आणि तिच्या फुगीर गालाचे पटापट मुके घेतले. तिच्या नाकाच्या शेंड्यावर आपल्या नाकाचा शेंडा घाशीत ती आनंदाने उद्गारली, "लिझा, लिझी, किती गोड मुलगी आहेस गं तू!"

* * *

फोनमधून बर्नार्डचा आवाज कानांवर पडताच लीलाचे सारे शरीर रोमांचित झाले. जणूकाही 'लीली' या त्याच्या एका हाकेत जगातले सारे गुलाब फुलले होते. त्या गुलाबांचा रंग आणि सुगंध तिच्या शरीराच्या अणूअणूत पसरत होता. त्याचे नाजूक काटे रोमरोमांत तिला गुदगुल्या करीत होते.

'बर्नार्ड' म्हणून प्रतिसाद देण्याकरिता तिचे ओठ हलले. पण शब्दांऐवजी तिच्या तोंडातून एक हुंदका मात्र बाहेर पडला!

तो ऐकून बर्नार्ड किती मोठ्याने हसला– एखाद्या धबधब्यासारखा!

ती शरमली. किंचित घोगऱ्या स्वरात घाईघाईने तिने विचारले, "तू केव्हा येणार? बर्नार्ड, केव्हा येणार तू? तुला पाहण्याकरिता माझे प्राण डोळ्यांत गोळा झाले आहेत रे!"

बर्नार्ड मघापेक्षाही मोठ्याने हसला– एखाद्या वादळासारखा! लगेच त्याचे शब्द ऐकू आले, "लीली, माझ्यासारख्या बड्या शास्त्रज्ञाची बायको इतकं अशास्त्रीय बोलते हे लोकांना कळलं तर–"

"तू केव्हा येणार ते आधी सांग. मग–तुझं खास विमान आहे. अगदी लवकर, लवकर येता येईल तुला. संध्याकाळी सहापर्यंत तरी–"

"रात्री आठला राष्ट्राध्यक्षांची नि माझी खास मुलाखत व्हायची आहे. ती झाल्याशिवाय मला इथून हलता येणार नाही. दहापर्यंत मी येईन. पण– कदाचित अकरा होतील, बारा होतील."

रुसक्या स्वरात लीला उद्गारली, "कदाचित आज येणारही नाहीस तू!"

"अं हं! काही झालं तरी आज आल्याशिवाय राहणार नाही मी! ही सात वर्षं– आज तुला मी ओठांनी पिऊन टाकणार. डोळ्यांनी गिळून टाकणार. हातांनी–"

'असलं बोलणं राक्षसाला शोभतं; माणसाला नाही!' अशी काहीतरी बर्नार्डची थट्टा करायची इच्छा लीलाच्या मनाला चाटून गेली. पण ते शब्द तिच्या तोंडातून बाहेर पडले नाहीत. धर्म आणि देश यांच्या सीमा ओलांडून ज्या माणसावर आपण गेली नऊ वर्षे प्राणापलीकडे प्रेम केले त्याला थट्टेने का होईना राक्षस म्हणायचे?

छे! बर्नार्ड आपला देव आहे. त्याच्यासारख्या जगातल्या सर्वश्रेष्ठ शास्त्रज्ञाची पत्नी होणे ही केवढी भाग्याची गोष्ट आहे!

सुदैवाने हे तिसरे महायुद्ध संपले. जगातले हे शेवटचे युद्ध आहे असे मोठमोठे पुढारी, लेखक, संशोधक एकसारखे म्हणत आले आहेत. आता यापुढे बर्नार्ड आणि आपण यांच्यामध्ये कुण्णीकुण्णी येणार नाही. गेल्या सात वर्षांत सुकून गेलेली आपली सर्व स्वप्ने आता हा हा म्हणता पालवतील, फुलतील!

* * *

वायुलहरींवरून तरंगत येणाऱ्या सुगंधाप्रमाणे आपल्या त्या आवडत्या स्वप्नांशी खेळतच लीला मुख्य अध्यापिकेच्या खोलीत आली. पांढऱ्याशुभ्र केसांच्या त्या पोक्त स्त्रीकडे पाहताच तिला क्षणभर संकोचल्यासारखे झाले. ती प्रौढ बाई हसली. कोपऱ्यात मेडोनाचे सुंदर चित्र होते. लहानग्या ख्रिस्ताला मांडीवर घेऊन बसलेली मेरी– तिच्या मुद्रेवरला मातृत्वाचा तो सात्त्विक भाव...

त्या चित्राकडे पाहत लीला म्हणाली, ''आज बर्नार्ड परत येणार. उद्यापासून मी शाळेत येऊ शकणार नाही. चिमण्या बालकांचं हे गोड निष्पाप जग सोडून जाताना मला फारफार वाईट वाटतंय. पण-''

बोलताबोलता लीलाने आपले डोळे मिटून घेतले. आत दाटलेल्या आसवांच्या पाण्यात कितीतरी बालकांची प्रतिबिंबे तिला दिसत होती. तो खोडकर जॉन– आता खूप मोठा झाला असेल तो! ती हसरी ॲगाथा– लवकरच लग्नसुद्धा होईल तिचे! ही गोडगोड लिझा–

तिचे मस्तक कुणीतरी थोपटीत होते; वात्सल्याने ओथंबलेल्या त्या स्पर्शात केवढी जादू होती! तिने डोळे उघडून पाहिले. तिच्याजवळ मुख्य अध्यापिका उभी नव्हती. एक प्रेमळ माता दिसत होती. सासरी जायला निघालेल्या मुलीला निरोप देणारी, आपल्या दुःखापेक्षा तिचे सुख अधिक महत्त्वाचे आहे हे ओळखणारी! लीलाच्या केसांवरून हात फिरवीत ती म्हणत होती, ''वेडी कुठली! तू उद्या शाळेत आली नाहीस तरी वर्षा-दोन वर्षांनी येशीलच की तू इथं!''

''वर्षा-दोन वर्षांनी? म्हणजे!'' विस्मित दृष्टीने लीला पाहू लागली. नकळत तिच्या तोंडातून शब्द बाहेर पडले, ''जगातलं शेवटचं युद्ध आज संपलं. आता मी पुन्हा कशाला या शाळेत...''

तिची हनुवटी हळूच वर उचलून मुख्य अध्यापिका प्रेमळपणाने म्हणाली, ''आपल्या पहिल्या मुलाला याच शाळेत घालशील तू! नाही का?''

सलज्ज होऊन लीलाने मान खाली घातली. तिच्या रोमरोमांतून आनंदाच्या ऊर्मी उसळल्या. 'या राक्षसी महायुद्धानं कुंठित केलेला आपल्या जीवनाचा ओघ

आता स्वच्छंदानं वाहू लागणार– आपण आई होणार– बर्नार्डची चिमुकली मनोहर प्रतिमा आपल्या मांडीवर खेळू लागणार!'

हसतच ती खोलीबाहेर आली. तिने उजवीकडे पाहिले. सशाच्या पिलाप्रमाणे लिझा कोपऱ्यात अंग चोरून उभी होती; उत्कंठित नेत्रांनी लीलाकडे ती पाहत होती. आपण उद्यापासून शाळेत येणार नाही ही बातमी साऱ्या मुलांत पसरली असावी हे लीलाने ओळखले.

लिझाच्या हसऱ्या डोळ्यांतले कारुण्य तिला असह्य झाले. ती गोड पोरगी पुढे धावत येईल, आपल्याला मिठी मारील असे तिला क्षणभर वाटले, पण ती तर एखाद्या पुतळ्याप्रमाणे निश्चल उभी होती. मात्र त्या पुतळ्याच्या डोळ्यांत पाणी तरारले होते.

लीला धावतच लिझाकडे गेली. गुडघे टेकून तिने जवळ ओढले; आपल्या कुशीत घेतले. लिझा स्फुंदू लागली. लीलाने तिचे मस्तक कुरवाळले. तिने ते घुसळल्यासारखे केले. दोन-तीन वर्षांपूर्वीच्या त्या अपूर्व अनुभवाची लीलाला आठवण आली– एखाद्या सुंदर बाहुलीसारखी दिसणारी छोटी लिझा त्या दिवशी पहिल्यांदाच शाळेत आली होती. नवखेपणामुळे गोंधळून गेली होती ती! खेळताखेळता ती कुठेतरी पडली. तिचा गुडघा खरचटला. लगेच आपण तिला जवळ घेतले. आईच्या कुशीत घुसावे तशी ती... तिने आपल्याला घट्ट मिठी मारली. तिची ती मोहक मिठी... वासराने लुचतालुचता गाईला ढुशी मारावी तशी आपल्या कुशीत मधूनमधून होणारी तिची हालचाल... त्या क्षणी आपले भान हरपले. किती विचित्र भास होता तो! आपल्याला पान्हा फुटला आहे, आपला छोटा बाळ पिण्यासाठी हट्ट करीत आहे, आपला बाळ– बर्नार्डसारखे सोनेरी केस असलेला– आपल्यासारखी नाजूक जिवणी, सुंदर डोळे असलेला– बर्नार्डची तीव्र बुद्धी लाभलेला आपला बाळ– आपला बाळ...

ते स्वप्न आता खरं होणार– अगदी लवकर खरं होणार! युगानुयुगं स्त्री ज्याच्यासाठी जगत आली ते सुख आता आपणाला मिळणार– आपण आई होणार–

बर्नार्डच्या मुलाची आई होणार!

* * *

बाकीच्या खोल्या सजवून झाल्या. आता फक्त छोटे निद्रागृह... प्रीतीच्या स्मृतींनी आणि स्वप्नांनी सुगंधित झालेले शयनगृह शृंगारायचे राहिले. त्या खोलीतला तो पलंग... सात वर्षांनी पुन्हा आपले प्रीतिजीवन निर्वेधपणे सुरू होणार. तो पलंग फुलांच्या माळांनी नटविलाच पाहिजे. बर्नार्डच्या आवडीची सारी फुले... आज फुले

फार महाग होणार. पण ती कितीही महाग झाली तरी पलंग पुष्पमाळांनी शृंगारायचा असे लीलाने मनात ठरविले.

पलंगासमोरच्या भिंतीवरल्या चित्रांकडे तिचे लक्ष गेले. गेली सात वर्षे एकटेपणाचे दुःख असह्य झाले म्हणजे ती त्या चित्रांकडे घटकान् घटका पाहत बसे. बुद्ध, ख्रिस्त आणि गांधी या तिघांच्या त्या चित्रांतल्या प्रतिमांकडे पाहतापाहता आपले दुःख हलके होत आहे, असा तिला भास होई. ते खरे शांतिदूत आहेत असे तिला वाटे. पण आज जगात शांती अवतरली होती ती त्यांच्या पुण्याईने नाही तर बर्नार्डच्या बुद्धीच्या प्रभावाने. आपला बर्नार्ड या थोर विभूतींइतकाच मोठा आहे या कल्पनेने तिचे मन पारिजातकासारखे बहरले. किंचित कापऱ्या हातांनी तिने बर्नार्डचा एक फोटो कपाटातून काढला आणि तो त्या भिंतीवरल्या चित्रांजवळ लावला. आपल्याला मागणी घालणाऱ्या त्या फोटोतल्या हसऱ्या बर्नार्डकडे पाहतापाहता तिची नजर नकळत खाली वळली.

पलंगाजवळचे छोटे टेबल नीटनीटके करण्याकरिता ती तिकडे गेली. त्याच्यावरले छोटे आल्बम कपाटात टाकण्याकरिता तिने उचलले. ती स्वतःशीच हसली. शास्त्रीय विषयांची मासिके तेवढी बर्नार्ड आवडीने वाचीत असे. हे आल्बम बाहेर राहिले आणि आज रात्री बर्नार्डने ते सहज उघडले तर तो आपली अशी थट्टा करील... मागे एकदा व्हीनसचा एक छोटा सुंदर पुतळा आपण विकत घ्यायला निघालो होतो तेव्हा तो म्हणाला होता, "यापेक्षा एखाद्या नव्या विमानाचं मॉडेल तू खोलीत ठेवलंस तर ती अधिक सुंदर दिसेल!"

लीलाने ते आल्बम उघडले. भरभर ती त्याची पाने चाळू लागली. प्रत्येक पानावर लहान मुलाचा अगर मुलीचा एक-एक सुंदर फोटो होता. शाळेत आलेल्या मुलामुलींचे फोटो स्वतः काढून त्यांचा संग्रह करायचा छंद गेली अनेक वर्षे तिला जडला होता.

त्या चिमण्या, हसऱ्या, निष्पाप जीवांच्या दर्शनाने तिचे मन एका निराळ्याच स्वप्नसृष्टीत संचार करू लागले. बर्नार्डचा, महायुद्धाचा, आपल्या पूर्वजीवनाचा, लग्नानंतरच्या उन्मादक क्षणांचा– साऱ्या साऱ्या गोष्टींचा तिला विसर पडला. आल्बममध्ये शेवटी लिझाचा फोटो होता. त्याच्यापुढचे फक्त एकच पान कोरे होते. त्या पानावर आता कुणाचा फोटो...

मघाशी शाळेत बाईंनी काढलेले उद्‌गार लीलाला आठवले. खोलीत दुसरे कुणीही नसताना ती लाजली. बर्नार्ड दूर असूनही तिचे सारे शरीर रोमांचित झाले. त्याच्यातून आनंद पाझरू लागला. तिच्या हृदयात फुललेल्या वात्सल्याच्या स्वप्नाचा सुगंध होता तो!

निद्रागृह शृंगारून बाजार करण्याकरिता ती बाहेर पडली. फुले तर घ्यायचीच

होती. शिवाय काजू-पुडिंगमध्ये घातलेले काजू बर्नार्डला फार आवडत. तिच्या प्रीतीचे अगदी पहिलेवहिले साक्षीदार होते ते! पण युद्धामुळे अलीकडे ते फार दुर्मीळ झाले होते. कितीही पायपीट करावी लागली, कितीही पैसे खर्च करावे लागले तरी आज काजू पैदा करायचेच असा लीलाने मनाशी निश्चय केला.

* * *

बर्नार्डला आवडणारी एकूणएक फुले मिळालेली पाहून ती हर्षित झाली. सारे शहर कसे एखाद्या लग्नघरासारखे दिसत होते. धावपळ, गलबला, आनंदीआनंद आजूबाजूंनी ओसंडून वाहत होता. त्या उत्फुल्ल वातावरणाशी समरस होत ती गर्दीतून वाट काढू लागली.

एकदम तिच्या कानांवर गंभीर घंटानाद पडला. ती थबकली. बर्नार्डचा देवावर विश्वास नव्हता; त्याची धर्मावर श्रद्धा नव्हती. लहानपणापासून तीही तशाच वातावरणात वाढली होती. त्यामुळे आजपर्यंत तिने चर्चमध्ये कधीच पाऊल टाकले नव्हते. पण आता मात्र ती त्या घंटानादाने मुग्ध झाली. त्या नादात काहीतरी दिव्य, पवित्र, उदात्त आहे हा भास तिला मोठा सुखद वाटला.

तऱ्हतऱ्हेचे सुंदर पोशाख केलेले कितीतरी स्त्रीपुरुष घाईघाईने चर्चमध्ये जात होते. त्या गर्दीतल्या एका लहान मुलाला तिने थांबवून हळूच विचारले, "काय आहे रे आत?" आपले आधीच मोठे असलेले डोळे अधिकच मोठे करीत तो मुलगा उत्तरला, "तुम्हाला ठाऊक नाही? महायुद्ध संपलं. जगात शांतीचं राज्य झालं! म्हणून चर्चमध्ये प्रार्थना होणार आहे आत्ता!"

आपण त्या मुलाबरोबर आत जावे, त्या प्रार्थनेत भाग घ्यावा अशी तीव्र इच्छा लीलाच्या मनात निर्माण झाली. कुठल्यातरी अपार्थिव प्रकाशाने आपले मन उजळत आहे असे तिला वाटले. चर्चमध्ये जाण्याकरिता ती वळली. इतक्यात मागून कुणीतरी तिचा उजवा हात खसकन ओढला. तिने दचकून मागे पाहिले. एक म्हातारी होती ती. किती विचित्र नजरेने ती लीलाकडे रोखून बघत होती!

तिच्या दृष्टीतला तो भकासपणा... लीलाची छाती धडधडू लागली. त्या भिकारणीला काहीतरी द्यावे म्हणून तिने आपली पर्स उघडण्याचा प्रयत्न केला. इतक्यात त्या म्हातारीने तिच्या डाव्या हातातली फुलांची परडी हिसकावून घेतली. विकट हास्य करीत ती किंचाळली, "मला आणखी फुलं हवीत. खूपखूप फुलं हवीत!"

ती वेडी असावी अशी अंधूक शंका आता लीलाच्या मनात आली. वेड्याशी त्याच्याच कलाने वागावे लागते हे तिला ठाऊक होते. ती मृदू स्वराने म्हणाली, "आजीबाई, आणखी फुलं आणून देते मी तुम्हाला!"

ती वृद्ध स्त्री एकदम हुंदके देऊ लागली. लगेच आपल्या उजव्या हाताची बोटे दुमडीत एक, दोन, तीन हे अंक तिने उच्चारले. मग ती किंचाळली, ''पोरी, तीन प्रेतांवर घालायला फुलं हवीत मला! माझा थोरला मुलगा बंदुकीची गोळी लागून मेला; मधला जहाज बुडून समुद्राच्या तळाशी गेला नि धाकटा विमान कोसळून- एक... दोन... तीन...''

तिने लीलाचे दोन्ही खांदे धरले. डोळे गरगरा फिरवीत ती ओरडली, ''कुठं आहेत माझे मुलगे? बोल. तू मारलंस त्यांना! तुझ्या नवऱ्यानं मारलं त्यांना! तू... तू... तू... तुम्ही सर्वांनी मारलं त्यांना. आपल्या सुखासाठी- आपल्या- ''

लीला घाबरली. काय करावं ते तिला कळेना. इतक्यात परडीतल्या साऱ्या फुलांचा हाताने चोळामोळा करून ती चोहीकडे फेकून देत ती म्हातारी वाऱ्यासारखी पळत सुटली.

प्रार्थनेचे गंभीर स्वर लीलाच्या कानांवर पडत होते. तिचे पाणावलेले डोळे ठिपक्यांप्रमाणे दिसू लागलेल्या त्या वेडीच्या आकृतीकडे पाहत होते.

* * *

दहा झाले, अकरा वाजले, बारावर दोन्ही काट्यांचे मिलन झाले; पण बर्नार्डचा पत्ता नव्हता. शयनगृहातला सारा शृंगार लीलाला कसासाच वाटू लागला. पलंगावरून उठून ती खिडकीपाशी गेली.

बाहेर सारे शहर लखलखत होते. पण लीलाच्या मनात काळ्याकुट्ट छाया डोकावू लागल्या. बर्नार्डच्या विमानाला कुठे अपघात तर झाला नसेल ना? त्याला फोन करावा असे हजारदा तिच्या मनात आले. पण प्रत्येक वेळी तिला वाटे, 'तो राष्ट्राध्यक्षांशी बोलत बसला असेल. या वेळी आपला फोन गेला तर तो आपली अशी थट्टा करील-'

पण अपघाताची कल्पना काही केल्या तिच्या मनातून जाईना. तसे पाहिले तर गेली सात वर्षे मृत्यूच्या परिसरातच बर्नार्ड वावरत होता. केवळ सुदैवाने सुरक्षित राहिला होता तो! त्या दैवाची लहर आता फिरली असली तर-

तिची छाती धडधडू लागली. खिडकीतून दिसणारा बाहेरचा हसरा दीपोत्सव तिला पाहवेना. डोळे घट्ट मिटून घेऊन ती उभी राहिली. तरीही बर्नार्डच्या मृत्यूची कल्पना तिची पाठ सोडीना. भ्यालेल्या पाडसाप्रमाणे तिचे मन विचारांच्या गर्द अरण्यातून धावत सुटले. शिकारी कुत्र्याप्रमाणे ती भयंकर कल्पना त्याचा पाठलाग करू लागली. तिला वाटले, जगात फक्त एकच चिरंतन सत्य आहे- मृत्यू!

तिचे अंतर्मन उसळून उद्गारले, 'तू वेडी आहेस. जगात दोन चिरंतन सत्यं आहेत : प्रीती आणि मृत्यू! प्रीती मृत्यूवर मात करते. म्हणून तर मनुष्यप्राणी या

अखंड जळणाऱ्या जगात जगत, धडपडत, भविष्याचं आशागीत गातगात पुढं चालला आहे.'

तिचे मन पुन्हा उल्हसले. बर्नार्डच्या मृत्यूच्या कल्पनेशी ते झुंज घेऊ लागले. तिने नकळत वर आकाशाकडे पाहिले. बर्नार्डला सात वर्षे सुरक्षित ठेवणारा देव या अंतिम घटकेला आपल्याला अंतर देणार नाही, असा विचार तिच्या मनात आला. आपली प्रीती मृत्यूवर विजय मिळवीलच मिळवील या भावनेने तिचे मन फुलून गेले. या प्रीतीच्या वेलीवर लवकरच एक फूल उमलेल. पुढे आपले काही होवो, बर्नार्डचे काही होवो– ते फूल– त्याचा सुगंध तर आपल्यामागे राहील ना?....

लीलाच्या डोळ्यांपुढून झरझर चित्रे सरकू लागली : सोनेरी केसांचा, सातआठ वर्षांचा, बर्नार्डसारखा दिसणारा एक गोड मुलगा शाळेत गेला आहे. त्याची परत यायची वेळ झाली आहे. शहरातल्या गर्दीत तो कुठं अपघातात सापडेल की काय या शंकेने व्याकूळ होऊन त्याच्या वाटेकडे डोळे लावून आपण दारात उभ्या आहो... तेरा-चौदा वर्षांचा थोडासा आपल्यासारखा नि थोडासा बर्नार्डसारखा दिसणारा एक उंच हसरा मुलगा क्रिकेट खेळत आहे. बोलरचे चेंडू मोठ्या वेगाने येत आहेत, मधेच उशी घेऊन उडत आहेत. तो मुलगा काढीत असलेल्या धावा भीतियुक्त अभिमानाने आपण पाहत आहो... आपले केस भराभर पांढरेशुभ्र होत आहेत... थोडीशी बर्नार्डसारखी, थोडीशी आपल्यासारखी आणि थोडीशी आपल्या मुलासारखी दिसणारी तीन-चार वर्षांची एक गुटगुटीत मुलगी आपल्याला विचारीत आहे, 'आजी, तू आपल्या केसांना इतकी पॉवडर का लावतेस गं?...'

* * *

आकाशात तारका नृत्य करीत होत्या. शहरात रंगीबेरंगी विजेचे दिवे हसत होते. लीलाच्या मनात अगणित मधुर स्वप्ने उमलत होती. बर्नार्ड केव्हा आला हेसुद्धा या तंद्रीत तिला नीटसे कळले नाही. त्याने तिच्या खांद्यावर हात ठेवला तेव्हा ती दचकली. लगेच ती लाजली. ती काहीच बोलत नाही असे पाहून तिचा हात घट्ट दाबीत बर्नार्ड म्हणाला, ''उशीर झाला म्हणून रागावलीस होय लीली? मी तरी काय करू? एकीकडे मी राष्ट्राध्यक्षांबरोबर बोलत होतो आणि दुसरीकडे पळापळाला घड्याळाकडे पाहत होतो. पण मला लवकर निघणं अगदी अशक्य होतं. पुढल्या महायुद्धाचं...''

साप दिसताच माणसाने दचकून उडी मारावी तसा त्याच्या हातांतून आपला हात सोडवून घेऊन लीला भांबावलेल्या दृष्टीने त्याच्याकडे पाहू लागली. ती अस्फुट स्वरात पुटपुटली, ''पुन्हा युद्ध? पुन्हा महायुद्ध होणार?''

तिला जवळ घेऊन तिच्या केसांवरून हात फिरवीत बर्नार्ड म्हणाला, ''वेडी

कुठली! अगं, पुढचं महायुद्ध आणखी वीस-पंचवीस वर्षांनी होईल. पण आपल्याला आजपासून त्याची तयारी करायला हवी. माझ्या नव्या शोधामुळे हे युद्ध आपण जिंकलं. पण ज्यांचा आपण पराजय केला आहे ती राष्ट्रं आता याच्या पुढचा शोध लावण्याची शिकस्त करतील; तेव्हा–''

बडबडी लीला काहीच बोलत नाही असे पाहून बर्नार्ड तिला बिलगून म्हणाला, ''राष्ट्राध्यक्षांना मी सांगितलं, तुम्ही बिलकूल काळजी करू नका. पुढच्या महायुद्धात अवघ्या एका बॉम्बनं आपण शत्रूला नेस्तनाबूत करू. त्या बॉम्बचा शोध मीच लावीन. माझ्या मुलाच्या हातून तो टाकला जावा अशी माझी उत्कट इच्छा आहे. तसं झालं तर आमची दोघांची नावं आपल्या राष्ट्राच्या इतिहासात अजरामर होतील. लीली, वैमानिक होण्याची लहानपणी फार फार इच्छा होती मला! ती साधली नाही पण आपल्याला जो मुलगा होईल–''

मुलाच्या उल्लेखाने लीलीची कळी खुलेल अशी बर्नार्डची कल्पना होती, पण खिडकीचा आधार घेऊन एखाद्या पंगू मनुष्याप्रमाणे उभी असलेली तिची मूर्ती पाहताच तो गोंधळून गेला. तिचा चेहरा एकदम किती पांढरा फिट्ट पडला होता! त्याचे मन चरकले. लीली फार आजारी असावी, देशाला विजय मिळवू देऊ शकणाऱ्या आपल्या पतीच्या मनात चिंता निर्माण होऊ नये म्हणून मधल्या काळात तिने तो आजार आपल्यापासून लपवून ठेवला असावा अशी शंका त्याला आली. तिची हनुवटी वर उचलीत आर्द्र आणि आर्त स्वराने तो म्हणाला, ''लीली, काय होतंय तुला? मला सांगायचं नाही? तुझ्या बर्नार्डला सांगायचं नाही? लीली-''

लीलाचे डोळे पाणावले. ओठ थरथरले. बोलण्याचा तिने प्रयत्न केला, पण आपल्या हृदयाला रक्तबंबाळ करणाऱ्या त्या विचित्र विषारी शल्याला शब्दांचे रूप देणे अशक्य आहे असे तिला आढळून आले. प्राणांतिक वेदनांनी व्याकूळ झालेल्या एखाद्या मुक्या प्राण्यासारखी ती बर्नार्डकडे पाहू लागली. हळूहळू तिचे अनामिक दुःख तिच्या डोळ्यांत उभे राहिले.

बर्नार्डने तिचे मस्तक आपल्या डाव्या स्कंधावर घेतले. किरकिरणाऱ्या मुलाला थोपटावे तशा नाजूकपणाने तो ते थोपटू लागला. त्याच्या त्या हव्याहव्याशा वाटणाऱ्या निकट स्पर्शाने लीलाच्या साऱ्या अतृप्त इच्छा उसळून वर आल्या. वाळवंटातून घामाने निथळत आलेल्या प्रवाशाला गर्द राईची सावली लाभली की जो आनंद होतो, तो तिच्या शरीराला झाला. ते सुखावले. त्याचा कण नि कण कुठल्यातरी अज्ञात गंधर्वाच्या मधुर गीताची साथ करू लागला. साऱ्या जगाचा विसर पडला तिला! युद्ध, मृत्यू, दुःख ही सारी भयंकर स्वप्ने होती. सत्य एकच होते : प्रीती– बर्नार्डची प्रीती! बर्नार्ड आणि आपण यांच्याशिवाय जगात दुसरे काहीकाही या क्षणी अस्तित्वात नाही या कल्पनेने तिने आपले मस्तक वर उचलले.

ती त्याच्याकडे पाहून गालांतल्या गालांत हसली. बर्नार्ड हर्षित झाला. लाडिकपणाने तिचे केस कुरवाळीत तो म्हणाला, "लीली, तुझी ही नाजूक जिवणी, तुझे डोळे किती सुंदर आहेत. तुझी नजर किती भेदक– वैमानिकाची दृष्टी अशीच असावी लागते. आपला पहिला मुलगा– तुझे हे डोळे घेऊन आलेला आपला पहिला मुलगा– वैमानिक होईल. दुसरा –"

त्याचे चुंबन घेण्याकरिता लीलाने उत्सुकतेने वर केलेले मस्तक एकदम असहायपणे त्याच्या खांद्यावर टेकले.

पहिला मुलगा वैमानिक–

दुसरा?

तिसरा?

दोन प्रहरी चर्चजवळ दिसलेली ती म्हातारी तिच्या डोळ्यांपुढे वेडेवाकडे हातवारे करीत नाचू लागली. त्या म्हातारीचे तिन्ही मुलगे या महायुद्धात मारले गेले होते. आपले मुलगे – ते असेच पुढल्या महायुद्धात –

तापलेल्या सांडसाने कुणीतरी काळजाला डागण्यामागून डागण्या द्याव्यात तसे तिला झाले. त्या म्हातारीच्या जागी पांढऱ्या केसांची आणि सुरकुतलेल्या चेहऱ्याची लीला तिला दिसू लागली. ती आंधळेपणाने पळत सुटली होती. कानांत बोटे घालून ती जगभर धावत होती. पण जावे तेथे तिला एकच आक्रोश ऐकू येत होता, 'माझा मुलगा, माझा मुलगा!' लाखो आया रडत होत्या, ओरडत होत्या, ऊर बडवून घेत होत्या. लीलाने पाहिले. जगातल्या सर्व देशांतल्या माता होत्या त्या! रशियातल्या, अमेरिकेतल्या, भारतातल्या, जर्मनीतल्या, पाकिस्तानातल्या, जपानातल्या– एकूणएक देशांतल्या! झगे पेहरलेल्या, लुगडी नेसलेल्या, काळ्या, गोऱ्या, श्रीमंत, गरीब! त्या साऱ्या धाईधाई रडत होत्या. तो आक्रोश लीलाला ऐकवेना! मधेच तिच्याकडे बोट दाखवून त्या लक्षावधी माता किंचाळल्या, "तुझ्या नवऱ्यानं आमचा सत्यानाश केला. तुझ्या नवऱ्याने आमचे मुलगे मारले. त्यानं तो भयंकर बॉम्ब शोधून काढला. धर्म आणि देश यांच्या पलीकडे जाऊन तू प्रेम केलंस. तसं प्रेम त्याला करता आलं असतं तर– तर त्यानं आमच्या पोटचे गोळे... तो राक्षस आहे– शुद्ध राक्षस आहे. मूर्तिमंत मृत्यू आहे!"

त्या असंख्य मातांच्या अग्रभागी दिसणारी ती तरुण स्त्री– ती तर लिझा होती! ती चवताळून पुढे आली आणि लीलाकडे बोट दाखवीत म्हणाली, "ही पाहा ती राक्षसीण. त्या राक्षसाची बायको! हिला दगडांनी ठेचून ठार केलं पाहिजे. हिनं माझा जॉन–" तिच्या पाठोपाठ हातात बंदूक घेतलेली ॲगाथा उभी होती. ती किंचाळली, "कुठं आहे तो राक्षस?"

बर्नार्डनं चुंबन घेण्याकरिता लीलाचे मुख वर केले. तिच्या शून्य, विचित्र,

वेडसर दृष्टीचा अर्थच त्याला कळेना! सात वर्षांच्या ताटातुटीनंतर निर्वेधपणे आज त्याचे मिलन होत होते. अशावेळी—

पण बर्नार्ड विचार करण्याच्या मन:स्थितीत नव्हता. त्याच्या प्रीतीला भरती आली. त्या लाटांखाली विचारांचे सारे खडक हा हा म्हणता अदृश्य झाले. मोठ्या उन्मादाने त्याने आपले ओठ लीलाच्या ओठांवर टेकले. तो गोंधळला. आपण एखाद्या दगडी पुतळ्याचे तर चुंबन घेतले नाही ना, अशी विचित्र कल्पना त्याच्या मनात आली. तो शहारला. ते दगडी पुतळ्याचे चुंबन नव्हते – प्रेताचे चुंबन होते ते!

१९५०
♋

मूर्ती

निद्रा आणि जागृती यांच्या सीमेवरला काळ मोठा मनोहर असतो. जिचे एक पाऊल बाल्याच्या परिसरात रेंगाळत आहे आणि दुसरे यौवनाच्या प्रांगणात अधीरतेने पदन्यास करीत आहे अशा कुमारिकेच्या मनाचीच उपमा त्याला शोभेल. पाय पृथ्वीवर असले तरी आपले हात स्वर्गाला लागले आहेत, नंदनवनातला पारिजातक आपल्यावर पुष्पवृष्टी करीत आहे असा काहीतरी भास या रम्य संधिकाळात माणसाला होत राहतो. निदान मलातरी तो नेहमी होतो.

त्याच भासाच्या हिंदोळ्यावर मी मोठ्या मजेत झुलत होतो. या फुलावरून त्या फुलावर भुर्रकन उडत जाणाऱ्या फुलपाखराप्रमाणे अंधूक मधुर स्वप्नात गुंग होत होतो. इतक्यात सौभाग्यवतीचा आवाज ऐकू आला. नाजूक, नक्षीदार काचेचा पेला हातांतून गळून पडावा आणि खळकन फुटावा तशी माझी एकदम स्थिती झाली.

''जरा उठा हं.'' मला हलवीत सौभाग्यवती म्हणाली.

''इतक्यात?'' जणूकाही नुकतीच मध्यरात्र उलटून गेली आहे अशा थाटात मी पुटपुटलो. साखरेप्रमाणे साखरझोपही या देशात दुर्मीळ होणार आहे की काय हे मला कळेना.

कानात काहीतरी सांगण्याकरिता ती खाली वाकली. माझ्यातला अल्लड प्रेमिक जागा झाला. मी म्हटले, ''कानात नुसती कुर्रर करणार आहेस की—''

''पुरुषांना काळ कळत नाही नि वेळ समजत नाही!'' ती फणकाऱ्याने उद्गारली.

हवा हळूहळू गरम होत आहे हे मी ओळखले. पण थंडीच्या दिवसांत उन्हात बसण्यात जी मौज असते तीच पतिपत्नीच्या लटक्या कलहांतही चाखायला मिळते. मी मुद्दामच उत्तरलो, ''पुरुषांना फक्त वर्तमानकाळ कळतो! तोसुद्धा सगळा नाही, फक्त चालू क्षण!''

गृहिणीपुढे दररोज सकाळी दोन बिकट प्रश्न दत्त म्हणून उभे राहत असतात.

लाडावलेल्या मुलाला शाळेला कसे पाठवायचे आणि अंथरुणात लोळत पडणाऱ्या पतिराजांना बाहेर कसे काढायचे? सौभाग्यवतीच्या मुद्रेवरून दुसरा प्रश्न पहिल्यापेक्षा अधिक अवघड असतो हे उघड होत होते.

क्षणभर थांबून ती वैतागाने उद्गारली, ''जरा उठा ना. काकू केव्हाच्या येऊन बसल्यात!''

''काकू?''

''हो!''

''कशाला?''

''त्यांचं काम आहे तुमच्याकडे!''

काकूंचे काम! नि ते माझ्याकडे? त्यांचे काय काम असावे हे काही केल्या लक्षात येईना. पण त्यांची ती केविलवाणी आकृती माझ्या डोळ्यांपुढे उभी राहिली. एखादे कोमेजलेले पारिजातकाचे फूल असावे ना? तशी दिसे त्यांची मुद्रा!

गेल्या दोन वर्षांत आमच्या घरी सणावारी, अडीअडचणीला मदत करायला काकू येतात हे खरे. पण त्या कधी आपल्याशी अवाक्षरसुद्धा बोलल्या नाहीत. मग आजच—

मी उठून बसलो. काकूंविषयी विचार करणाऱ्या माझ्या मनापुढे त्यांच्या मुलाचे ते कुरूप, वेडेविद्रे ध्यान उभे राहिले. काकू काही करायसवरायला आमच्याकडे आल्या की, तोही आमच्याकडे जेवायला येई. त्याचा खालचा ओठ मधेच फाटला होता. तोंडावर देवीचे वणच वण! जणूकाही नुकतेच टाकी घातलेले जाते. काळेपणामुळे आणि बटबटीत डोळ्यांमुळे त्याचा चेहरा अधिकच विद्रूप दिसे. आईसारखाच तोही अबोल होता. मात्र चारदोनदा त्याच्या डोळ्यांत मला मोठी विचित्र चमक आढळली होती. एखाद्या ओसाड विहिरीच्या खबदाडीत हिरकणी चमकावी किंवा माळरानावरल्या चावऱ्या वाऱ्याची झुळूक उग्र सुगंध घेऊन यावी तशी त्याची दृष्टी होती. पण तिचे दर्शन क्वचितच होई. एरवी तो एक कुरूप, अजागळ, मुखस्तंभ मनुष्य आहे असे वाटे. त्यालाही आपल्या विद्रूपपणाची जाणीव असावी. तो बहुधा कुणाच्या नजरेला नजर देत नसे. चारचौघांत बसला की, तो आजूबाजूला पाहत राही. जणूकाही अतिशय मोलाची; परंतु अत्यंत सूक्ष्म अशी त्याची एखादी वस्तू हरवली आहे आणि ती तो अधीरतेने शोधीत आहे.

काकूंची त्याच्यावर फार माया होती. आईचे हृदय. त्यातून एकुलता एक मुलगा! एखाद्या वेळी तो जेवायला आला नाही तर त्या आमच्या घरी आपला हात उष्टा करीत नसत. सारे घरी वाढून नेत. 'गोविंदा जेवल्याशिवाय मला भूकच लागत नाही!' असे त्या नेहमी माझ्या बायकोला म्हणायच्या.

त्या काकू— होय, त्याच काकू खाली माझ्यासाठी ताटकळत बसल्या होत्या

आणि मी आपला खुशाल अंथरुणात आळोखेपिळोखे देत–

मी खाली गेलो तेव्हा काकू एका कोपऱ्यात गुडघ्यात मान घालून बसल्या होत्या. माझी चाहूल लागताच त्या झटकन उठल्या. काय होतंय हे कळायच्या आधीच त्यांनी माझ्या पायांवर आपले डोके ठेवले आणि त्या मुसमुसून रडू लागल्या.

"हे काय! हे काय काकू!" मी गोंधळून मागे होत कसाबसा उद्‌गारलो.

आता सौभाग्यवतीला वाचा फुटली, "गोविंदाला पकडून नेलंय!"

"कुणी?"

"पोलिसांनी."

हा कुरूप, बावळट मनुष्य गुप्तपणाने वावरणारा कुणी क्रांतिकारक महापुरुष होता काय? कुणाला ठाऊक! राखेच्या ढिगाऱ्यात एखादा ज्वलंत स्फुलिंग लपून बसलेला असतो. नाही कुणी म्हणावे?

डोळे पुशीत काकू म्हणाल्या, "वकीलसाहेब, माझा गोविंदा तसा नाही हो! लहानपणीसुद्धा कधी तो कुणाच्या सुतळीच्या तोड्याला शिवला नाही नि आता–!"

गोविंदावर चोरीचा आळ आला होता हे उघड झाले. पण ती चोरी कुणाच्या घरी झाली, कसली होती, चोरीचा मुद्देमाल कुठे आहे हे–

काकू हात जोडून म्हणाल्या, "साहेब, मोठमोठे खुनाचे खटले आपण जिंकले आहेत. माझ्या गोविंदाला सोडवा. जन्मभर तुमचे उपकार विसरणार नाही मी!"

अंथरुणात लोळणारा माझ्यातला कवी आतापर्यंत थोडीफार लुडबुड करीत होता. आता मात्र माझ्यातला वकील लगबगीने पुढे आला. त्याने धक्के मारून त्या कवीला हाकलून दिले. मी शांतपणे काकूंना विचारले, "गोविंदानं चोरी केली असं कोण म्हणतं?"

"ते बाबूकाका इनामदार. त्यांच्या घरी होता तो हल्ली कामाला."

"कापडाच्या दुकानात होता ना तो मागं?"

काकू कंपित स्वरात उत्तरल्या, "ते काम कधीच सुटलं. मधे आणखी कुठं होता, तेही गेलं. मग या इनामदारांकडे राहिला."

गोविंदाचा मला राग आला! असे चंचलपणाने वागून आईला आपण किती दुःख देतोय हे न कळायला तो काही लहान नव्हता. आधी माउली म्हणजे कल्पवृक्षाची सावली. त्यात काकूंसारखी आई लाभायला तर पूर्वजन्मीची पुण्याईच माणसाच्या पदरी हवी. पण अशी आई मिळाली असूनही हा गाढव..

मी काकूंकडे पाहिले. चटकन त्यांची नजर जमिनीकडे वळली. आजपर्यंत त्या नुसत्या गरीब होत्या पण आज- त्यांचा मुलगा चोर ठरला होता! माणसाला एक

वेळ पोटावर मारलेले चालते, पण त्याच्या काळजाला धक्का लागला की–

चोरीची सारी हकिकत त्यांना विचारावी अशी तीव्र इच्छा माझ्या मनात उत्पन्न झाली, पण नेहमीचा कोर्टातला कठोरपणा काही केल्या मला काकूंच्या पुढे प्रकट करता येईना. वाटले, हे प्रश्न विचारणे म्हणजे त्यांच्या दुःखावर डागण्या देण्यासारखे होईल.

बाबूकाका इनामदार माझ्या पक्षकारांपैकीच होते. चार वर्षांपूर्वी एका रखेलीच्या खुनाचा आरोप त्यांच्यावर आला. बाबूकाका आता फासावर चढतो की खडी फोडायला जातो हे पाहायला गावातले लोक उत्सुक झाले. त्यावेळी त्यांना आपणच सोडविले आहे. आज काकूंसाठी त्यांच्याकडे आपण शब्द टाकला तर तो काही ते खाली पडू देणार नाहीत. काय चोरीचा माल असेल तो परत करावा आणि हे प्रकरण मिटवून टाकावे.

मी मोठ्या आत्मविश्वासाने म्हणालो, ''काकू, काही काळजी करू नका तुम्ही. मी अस्सा जातो नि गोविंदाला घेऊन येतो. दुपारी माझ्या पंक्तीला तो जेवेल, मग खुशाल घरी घेऊन चला तुम्ही त्याला!''

त्या सद्गदित होऊन म्हणाल्या, ''साहेब, पोरगं पहिल्यापासून कमनशिबी आहे बघा. जन्माला आलं तेव्हा विजा कशा कडकडून पडत होत्या बघा. त्याचा ओठ उगीच नाही फाटला! अगदी अवकाळी जन्माला आलाय तो. त्याच्या जन्मकाळाची ती वीज–''

वीज पडताना मूल जन्माला आले तर त्याचा ओठ फाटतो ही माहिती मला पूर्णपणे नवी होती. खरोखरच अशी समजूत रूढ आहे की, अंधळ्या मायेमुळे काकू ही गोष्ट सांगत आहेत ते मला कळेना.

* * *

बाबूकाका इनामदारांच्या घरी मी गेलो तेव्हा गडीमाणसापासून सारे लोक घरात झालेल्या चोरीचीच चर्चा करीत असतील अशी माझी कल्पना होती, पण ती शुद्ध कविकल्पना ठरली. बाबूकाकांची थोरली मुलगी हातात इतिहास घेऊन अंगणात 'लारीलप्पा लारीलप्पा' हे गाणे म्हणत होती. त्यांच्या बायकोचे आणि स्वयंपाकिणीचे चांगलेच भांडण जुंपले होते. स्वयंपाकघरातल्या त्या भांडणात स्वयंपाकिणीचाच वरपक्ष असावा हे स्वाभाविकच होते. तिचा आवाज जोरजोराने ऐकू येत होता. हिंदुस्थान सोडून जाणाऱ्या शेवटच्या इंग्रजाच्या ऐटीने ती पुढच्या दारात येऊन उभी राहिली तेव्हा तर माझी हसता हसता पुरेवाट झाली.

माडीवर बाबूकाका आरामखुर्चीत वर्तमानपत्र वाचीत पडले होते. त्यांच्याभोवती पसरलेल्या वृत्तपत्रांवरून ते एक सुखवस्तू, विलासी धनिक आहेत असे पाहणाराला

मुळीच वाटले नसते. ते कुठल्यातरी दैनिकाचे संपादक असावेत अशीच त्याने आपली कल्पना करून घेतली असती.

बाबूकाकांशी बोलताना 'प्रयत्नें वाळूचे कण रगडितां तेलहि गळे' हा लहानपणी पाठ केलेला श्लोक मला हटकून आठवे. ते रस्त्यात भेटले तरीसुद्धा त्या दिवशीच्या ताज्या बातम्यांवर त्यांचे प्रवचन सुरू होई. आताही तसेच झाले. एका ठळक बातमीवर बोट ठेवीत ते म्हणाले, "छे छे! हे आपले पुढारी चूड दाखवून वाघ घरात आणताहेत! इकडे कम्युनिझमच्या नावानं कंठशोष करायचा आणि तिकडे–"

गडकऱ्यांचा धुंडिराज मेल्यावर समंध होऊन या सद्गृहस्थाच्या अंगात संचारला आहे की काय, हा नेहमी मनात येणारा विचार मला बेचैन करून सोडू लागला. कुठूनतरी गाडी रुळावर यावी म्हणून मी त्यांना पुढे बोलू न देता म्हणालो, "तुमच्या घरी चोरी झालीय म्हणे मोठी!"

"मोठी?" बाबूकाका आपले डोळे विस्फारून उद्गारले, "अहो, सी.आय.डी.च्या बापाला सापडली नसती ही चोरी! पण या पठ्ठ्यानं-" स्वत:च्या बुद्धिवैभवावर खूश होऊन त्यांनी एकदम तिमजली हास्य केले.

बाबूकाकांचे वाडवडील सावकारी जाळ्यात मोठमोठे मासे पकडून गबर झाल्याच्या अनेक खऱ्याखोट्या कथा मी ऐकल्या होत्या. एखाद्या राणीला मिळणार नाहीत असे दागिने अंगावर घालून बाबूकाकांनी ठेवलेली बाई मिरवते हा त्यांचा लौकिकही काही मला अपरिचित नव्हता. गोविंदाने असल्या काही मोठ्या दागिन्यांवर तर डल्ला मारला नसेल ना, अशी शंका माझ्या मनाला चाटून गेली. तसे असले तर–

काकूंची दीनवाणी मुद्रा माझ्या डोळ्यांसमोर उभी राहिली.

हास्याच्या तिसऱ्या मजल्यावरून तळमजल्यावर उतरलेले बाबूकाका डुलत-डुलत म्हणाले, "अहो, तो लेकाचा गोंद्या– गोंद्या कसला! पेंद्याच आहे तो म्हणानात. त्या पुराणातल्या पेंद्यानं कृष्णाच्या घरी कधी चोरी केली नव्हती, पण आमचा हा आधुनिक पेंद्या मात्र– बिचाऱ्याची दया आली म्हणून त्याला नोकरीला ठेवलं मी! थोडे पैसे उघड्यावर ठेवून मनुष्य प्रामाणिक आहे की नाही याची प्रथम परीक्षा घेतली. कधी पैला हात लावला नाही लेकानं. म्हटलं, संभावित आहे; हरिश्चंद्राच्या देशातला नोकर आहे; टाकावा विश्वास. तिजोरीच्या किल्ल्यासुद्धा त्याच्या हवाली मी करू लागलो. आणि – मग काय महाराजा! जे व्हायचं तेच झालं!"

काकूंविषयी मला अधिकच वाईट वाटू लागले. त्यांच्या या दिवट्या पोराने केवढी चोरी केली असेल कोण जाणे! आता त्याला सोडवून घरी आणणे सोपे

नाही. मी जरा दबकतच बाबूकाकांना प्रश्न केला, "काय चोरलं त्या गोविंदानं? मोत्याचं पेंडकं की–"

खुर्ची माझ्याजवळ ओढून बाबूकाका दरवाजाकडे कावऱ्याबावऱ्या नजरेने पाहत म्हणाले, "दागिना नाही उचलला!"

"नोटांचं पुडकं!"

"अं हं!"

"मग?"

पुन्हा दाराकडे भयभीत दृष्टीने पाहत ते उद्‌गारले, "फोटो!"

"फोटो!" मी आश्चर्याने उद्‌गारलो, "कुणाचा?"

माझ्या तोंडावर हात ठेवीत ते म्हणाले, "हळू बोला, जरा हळू बोला. अहो, वाघाला न भिणारा, जगाला न भिणारा माणूससुद्धा बायकोला भितो!"

खूप लांबून टेलिफोनवरून बोलणाऱ्या माणसाप्रमाणे त्यांचा आवाज मला वाटला. आवंढा गिळून ते म्हणाले, "केशरचा फोटो चोरला त्यानं. आमच्या घरात तो बाहेर कुठं ठेवायची सोय नाही म्हणून तिजोरीत ठेवला होता तो मी! त्या बेट्यानं तो तिथनं लंबे केला– पेंद्यानं राधा पळविली."

बाबूकाका मोठा स्त्रीलंपट मनुष्य होता. हा लंपटपणा त्याच्या वडिलांनी खूप हुंडा घेऊन घरात आणलेल्या सुनेच्या कजाग स्वभावातून निर्माण झाला की, कष्ट आणि काळजी यांच्या कैचीतून त्याला कायमचे मुक्त करणाऱ्या गर्भश्रीमंतीत त्याचा उगम होता ते देव जाणे! पण या कामुक माणसाच्या काजळून गेलेल्या मनाच्या कोपऱ्यात एक कोमल स्मृती मिणमिणत असावी! अशाच एका लफड्यात तो मागे सापडला होता. त्यावेळी त्याने आपल्या आयुष्यात येऊन गेलेल्या साऱ्या बायांची हकिकत मला सांगितली होती. तेव्हासुद्धा केशरविषयी बोलताना तो म्हणाला होता, "ती जगली असती तर मी असा वाहवत गेलो नसतो!"

आरामखुर्चीत अंग टाकून डोळे मिटून बाबूकाका पडले होते.

मी विचार करू लागलो, गोविंदाने फक्त एक फोटो चोरला. त्या फोटोतल्या व्यक्तीविषयी बाबूकाकांच्या मनात विशेष प्रकारची भावना आहे. त्यामुळे हे सारे प्रकरण पोलिसांपर्यंत पोहोचले असावे. पण फोटो म्हणजे काही लाख-पन्नास हजारांचा दागिना नव्हे!

डोळे उघडून बाबूकाका हळूच म्हणाले, "गोंद्याला तो फोटो चोरायची इच्छा का झाली देव जाणे! आपण फोटो चोरून नेला आहे हे काही केल्या कबूल करीना लेकाचा. शेवटी पोलिसांत वर्दी देऊन घराची झडती घेतली तेव्हा–"

माझ्यापुढेही तोच प्रश्न आता उभा राहिला. गोविंदाने तो फोटो का चोरला असावा? याचे उत्तर मात्र बाबूकाकांइतके मला अवघड वाटले नाही. जगावरून

ओवाळून टाकलेला एक कुरूप, गरीब जीव. उभ्या जन्मात कुठल्या पोरीने अथवा बाईने त्याच्याकडे ढुंकून पाहिले नसावे! अशा पुरुषाला एका सुंदर स्त्रीच्या फोटोचा मोह पडावा यात नवल कसले?

आणि तसेच पाहिले तर तो फोटो गोविंदाने चोरला म्हणून बाबूकाकांनी तरी इतके अकांडतांडव कशाला करायला हवे?

माणूस मोठा विचित्र प्राणी आहे हेच खरे! तो आपल्यावरून जगाची परीक्षा करीत नाही. त्याच्यापाशी न्यायाचे दोन काटे असतात. एक स्वत:साठी आणि दुसरा जगासाठी. हे दोन काटे नसते तर जगातली पुष्कळ ढोंगे-सोंगे कमी झाली असती. मग मजूर संप का करतात हे मालकांना नीट कळले असते. सभ्य माणसांनी इतरांना सुळावर चढविताना जरा स्वत:च्या मनात डोकावून पाहिले असते.

या विचारांनी डोक्यात गर्दी केल्यामुळेच की काय मी किंचित हुकमी स्वरात म्हणालो, ''बाबूकाका, हा गोविंदा मोकळा व्हायला हवा!''

''पण प्रकरण पोलिसांत गेलंय वकीलसाहेब!''

''ते माझं मी बघून घेतो. तुम्ही फक्त फिर्याद मागं घ्या.''

''पण त्याचा गुन्हा–''

''एखादी बाई पळविण्यापेक्षा तिचा फोटो पळविणं हा काही मोठा गुन्हा नाही बाबूकाका!''

बाबूकाका निरुत्तर झाले. वैद्य, वकील आणि सावकार ही मोठी उग्र दैवते असतात. त्यांच्याशी संबंध येणाऱ्या प्रत्येकाला त्यांच्यापुढे नांगी टाकावी लागते, हे कटू सत्य बहुधा त्यांच्या गळी उतरले असावे.

बाबूकाकांना बरोबर घेऊन विजयी मुद्रेने मी त्यांच्या घराच्या पायऱ्या उतरलो. आता घटका-दोन घटकांत गोविंदाला काकूंपुढे नेऊन उभे करणे काही कठीण नव्हते.

* * *

डोंगरावर चढायला चांगली पायवाट सापडली असे मला वाटले, पण ही भावना लॉक-अपमधल्या गोविंदाच्या पुढे जाऊन उभे राहीपर्यंतच टिकली. तो माझ्याशी तुटकतुटक चार वाक्ये बोलला मात्र! लगेच माझ्या लक्षात आले, पुढे तुटलेला कडा आहे!

काकू आमच्या घरी येऊन बसल्या आहेत असे मी सांगितले तेव्हा त्याने झटकन तोंड फिरविले. मला थोडी आशा वाटू लागली.

वाचायला नेलेल्या वर्तमानपत्रातून तो फोटो चुकून आपल्या घरी गेला असावा

असे सांगायचा सल्ला मी देताच तो उसळून म्हणाला, ''वकीलसाहेब, माझ्या आईनं मला खोटं बोलायला शिकवलं नाही.''

चोरी करणारा मनुष्य सत्याचा कट्टर पुरस्कर्ता असावा ही गोष्ट माझ्या वकिली मनाला मोठ्या गुदगुल्या करणारी वाटली. मोठ्या कष्टाने ओठांवर आलेले हसू परत लोटले.

गोविंदा माझ्या नजरेला नजर भिडवीत म्हणाला, ''साहेब, तुम्ही सांगता ते माझ्या कल्याणासाठीच आहे हे कळतं मला! पण - तो फोटो तिजोरीतून चोरला असा कबुलीजबाब दिलाय मी. तो जबाब आता मी मागं घेणार नाही. कोर्टातसुद्धा मी हेच सांगणार आहे. मी तो फोटो चोरला; मी चोरी केली; मी चोर आहे; मला शिक्षा द्या– हवी तर जन्मठेप द्या!''

बोलताबोलता तो एकदम थांबला. त्याच्या बटबटीत डोळ्यांत क्वचित दिसणारी ती विचित्र चमक आता उसळून बाहेर येत होती. त्याच्याकडे पाहताच हा वेडसर तर नाही ना, अशी शंका माझ्या मनात आली. मी दोन पावले मागे होऊन म्हटले, ''गोविंदा, तू एकदा कोर्टात चोर ठरलास म्हणजे पुढं तुला कुठंही नोकरी मिळायची नाही; मिळाली तर टिकायची नाही!''

''मी चोरी केली नव्हती तोपर्यंत तरी ती कुठं टिकत होती साहेब? त्या कापड दुकानात स्वच्छ हातांनी मालकाची थुंकी झेलली मी! पण–''

''ती नोकरी तू का सोडलीस?'' मी मधेच प्रश्न केला.

''मी कुठलीच नोकरी सोडीत नाही. नोकरीच मला सोडून जाते!''

''म्हणजे?''

आपला विद्रूप फाटका ओठ दातांनी घट्ट दाबून धरीत तो क्षणभर स्वस्थ राहिला आणि मग म्हणाला, ''त्या कापड दुकानाच्या एका सुंदर गिऱ्हाइकाला माझा चेहरा पसंत पडला नाही. ते गिऱ्हाईक म्हणजे मोठी नटरंगी बाई आहे ती! 'हे माकड मला कापड दाखविणार असेल तर मी तुमच्या दुकानात पुन्हा पाऊल टाकणार नाही!' असं ती फिदीफिदी हसत म्हणाली. मला असा राग आला तिचा, पुढं व्हावं आणि तिचं नरडं दाबावं असं वाटलं!''

तो एकदम बोलायचा थांबला. त्याच्या डोळ्यांतली ती चमक आता अधिकच भयंकर दिसू लागली. कुरूपपणामुळे पदोपदी होणारी आणि मनात साचणारी अवहेलना जणूकाही चवताळून बंड करून उठली होती. दीर्घकाळ धुमसत असलेल्या दु:खाचा स्फोट होत होता. जाळीत पडून राहिलेल्या जखमी वाघाचे डोळे असेच दिसत असतील, असे काहीतरी मनात येऊन मी त्याच्याकडे पाहिले. आता त्याच्या डोळ्यांतून घळघळा पाणी वाहू लागले होते. जवळ जाऊन त्याच्या खांद्यावर मी हात ठेवला आणि म्हणालो, ''गोविंदा, जगात बरीवाईट माणसं असायचीच.

प्रत्येकाचं बोलणं असं मनाला लावून घेतलं तर जगणं मुश्कील होईल!''

तो एकदम उसळून उद्गारला, ''कुणी कधी सुखानं जगू दिलंय मला? शाळेत जाऊ लागलो तेव्हापासनं– तेव्हापासनं या बाईपर्यंत साऱ्यांनी मला फाडून खाल्लंय! कुणी हसतो, कुणी बोलतो, कुणी कुचेष्टा करतो, कुणी अष्टावक्र म्हणतो. मी माणूस आहे हे कुणीच... मी असा दिसतो हा माझा गुन्हा आहे का? ती बाई– मोठी सुंदर दिसते ती! पण ती किती छटेल आहे हे साऱ्या गावाला विचारा. तिचा नवरा नेहमी फिरतीवर असतो आणि ही बया इथं...

''पण तिला कुणी हसत नाही, तिला कोणी दूर लोटीत नाही. चार-चौघांत तिची कुणी चेष्टा करीत नाही. त्या बाईनं मला माकड म्हणावं, त्या मालकानं नंदीबैलासारखी तिच्या बोलण्याला मान डोलवावी, इनामदारांनी उठल्यासुटल्या पेंद्या म्हणून मला हाक मारावी– साहेब, तुम्हीच सांगा हा काय न्याय झाला?''

आणखी पुष्कळ बोलण्याची त्याची इच्छा असावी! पण त्याच्या तोंडातून शब्दच बाहेर पडेना. त्याचे ओठ तेवढे हलले. त्याच्या फाटलेल्या ओठांची ती मूक हालचाल पाहून माझ्या मनात आले, 'जगातले कितीतरी दुःख असेच मुके असेल, असेच उपेक्षित असेल. हा गोविंदा अनेकवेळा आपल्याकडे आला आहे, आपल्या पंक्तीला जेवला आहे. पण त्याचे हे विचित्र दुःख– कधी क्षणभरसुद्धा आपल्याला जाणीव झाली नाही त्याची. प्रत्येक सुखी माणूस आपल्याच नादात दंग असतो– आपल्याच संकुचित जगात गुंग होऊन बसतो!'

मनातल्या या विचारांची छाया माझ्या मुद्रेवर उमटली असावी!

गोविंदा एकदम संकोचल्यासारखा झाला आणि म्हणाला, ''साहेब, मी अधिकउणं बोललो असेन; त्याचा राग मानू नका. माझं हे दुःख मला कुणालाच सांगता येत नाही, अगदी आईपाशीसुद्धा मन उघडं करता येत नाही. ते सांगितलं तर तिला अधिकच वाईट वाटेल! तिनंच मला जन्म दिलाय!

''माझा चेहरा विद्रूप आहे हे मला कळतं. पण साहेब, खरं सांगतो, मलासुद्धा जगावंसं वाटतं. चिडून दोन-तीनदा जीव द्यायला गेलो होतो मी! पण ऐनवेळी काही तो धीर झाला नाही मला! मी का जगतोय हे अशावेळी मला कळत नसे. पण परवा इनामदारांच्या तिजोरीत तो फोटो पाहिला– आणि मग मी का जगतोय हे...''

तो काय म्हणतोय हे मला नीट कळेना. माझ्या चेहऱ्यावरले प्रश्नचिन्ह त्याच्या लक्षात आले असावे. तो थांबला, स्वतःशी हसला आणि म्हणाला, ''एका सुंदर बाईचा फोटो म्हणून तो उचलला नाही मी. केशर माझी बाळमैत्रीण होती.''

''केशर तुझी मैत्रीण होती?'' आश्चर्याने माझ्या तोंडातून उद्गार बाहेर पडला.

त्याच्या मुद्रेवर स्मिताची छटा उमटली. मंद चांदण्याने उजळलेल्या रात्रीसारखी त्याची मुद्रा दिसू लागली. तो म्हणाला, ''लहानपणची गोष्ट आहे ही. एका खेड्यात

राहत होतो तेव्हा आम्ही! वर्गातली सारी मुलं माझ्यापासून दूर बसायची, माझ्या रूपाची नाही नाही ती कुचेष्टा करायची. पुढं आमच्या वर्गात केशर आली. तिची आई हवापालट करण्याकरिता आली होती. ती वेश्या होती म्हणे! मुलांना ती बातमी कोठून लागली कुणाला ठाऊक, पण पहिल्या दिवशी असल्या बाईची मुलगी म्हणून केशरला कुणीच आपल्याजवळ बसवून घेईना. मधल्या सुट्टीत ती बाजूला जाऊन मुळुमुळु रडू लागली. मला ते पाहवेना. मी तिच्याजवळ गेलो आणि म्हणालो, 'आपण दोघं जवळजवळ बसत जाऊ. बाकीच्यांनी आपल्याशी तुट्टी केली तर केली, तुझी नि माझी गट्टी कध्धी कध्धी तुटायची नाही.'

"केशर दोन-तीन महिनेच त्या शाळेत होती. पण ते दिवस अजून आठवतात मला. मी दिलेली फुले ती मोठ्या हौसेने केसात घालायची. शाळेत आणलेला खाऊ न चुकता मला द्यायची. चिमणदातांनी मी केलेले पेरूचे तुकडे तिला फार आवडत. एखाद्या वेळी ती म्हणे, 'मी डॉक्टरीण होईन नि तुझा ओठ असा छान शिवून देईन–'

"हवापालटाकरिता आलेली तिची आई तीन महिन्यांनी परत जायला निघाली. त्या दिवशी देवळात जाऊन आम्ही खूप खूप रडलो. दोघांनी मिळून रडण्यातसुद्धा मोठा आनंद आहे साहेब! तो मिळावा म्हणून मी तो फोटो चोरला."

घरी गोविंदाच्या वाटेकडे डोळे लावून बसलेल्या काकूंची मला आठवण झाली. मी त्याच्याकडे पाहिले. तो सदऱ्याच्या बाहीने डोळे पुशीत होता. शाळेच्या चिमण्या जगातल्या आणखी काही गोड आठवणी त्याच्या ओल्या डोळ्यांपुढे नाचत असाव्यात.

मी त्याच्याकडे पाहत राहिलो. आणि मला वाटले, माझ्यापुढे कायद्याच्या दृष्टीने चोर असलेला एक कुरूप, बावळट मनुष्य उभा नाही; सारे दीन, दलित, दुर्दैवी जगच मूर्तिमंत अवतरले आहे! सहानुभूतीकरिता आसुसलेले, अपमानाने चिडून गेलेले, प्रेमाच्या अभावी त्याच्या आभासामागे धावत सुटलेले हे अभागी जग–

या जगाचे कोर्टाच्या आवारात इतके स्पष्ट दर्शन मला कधीच झाले नव्हते.

मी मुकाट्याने जायला निघालो. दारापर्यंत गेलो. इतक्यात गोविंदाची 'साहेब' ही हाक मला ऐकू आली. मोठा विचित्र कंप होता त्याच्या स्वरात! मी मागे वळून पाहिले. तो धावतच माझ्याकडे आला आणि म्हणाला, "चुकलो मी साहेब, माझ्या रूपाची थट्टा करणाऱ्या, मला हसणाऱ्या जगाला मला सांगायचं होतं– या मुलीचं एकेकाळी माझ्यावर प्रेम होतं. लोकांचे दात मला त्यांच्या घशात घालायचे होते. म्हणून मी तुमच्याबरोबर बाहेर यायला तयार नव्हतो– म्हणून मला कोर्टात चोर ठरायची इच्छा होती. पण... पण कोर्टात केशरची बेअब्रू होईल; ती त्या इनामदाराची–

जाऊ दे ते साहेब! तिनं मला माणूस म्हणून वागविलं होतं. बाळपणी का असेना तिनं माझ्यावर प्रेम केलं होतं. तिच्या नावाचे धिंडवडे मी होऊ देणार नाही. इनामदारांना फिर्याद मागं घ्यायची नसली तर घरातला एखादा दागिना गेल्याची तक्रार करा म्हणावं. ते म्हणतील तो दागिना चोरल्याचं मी कबूल करतो. पण तो फोटो– हवं तेवढं खोटं सांगायला तयार आहे मी साहेब! पण तो फोटो–''

दगडांत लपून बसलेली सुंदर मूर्ती प्रकट झाली होती. मी तिला मनोमन प्रणाम केला.

१९५०
ॐ

आपण सारे खुनी आहोत!

दिवाळीची एक रात्र मौजेत घालवायची म्हणून आम्ही सारे दोस्त क्लबात जमलो होतो. बारा वाजेपर्यंतचा वेळ गप्पा, हास्यविनोद व पत्ते यात कसाबसा गेला. पण लहानपणी पहाटेपर्यंत जागायची जी हौस असते ती पन्नाशी उलटलेल्या आमच्यासारख्या प्रौढांना कुठून असणार? सारी पिकू लागलेली पाने. बाराचे ठोके पडताच जो तो जांभया देऊ लागला. अनेकांना जाग्रण न करण्याचा डॉक्टरांचा सल्ला आठवला. कुणाच्या तरी रक्तदाबाची चिकित्सा सुरू झाली. लहानपणी खेळाच्या आणि तरुणपणी प्रेमाच्या गोष्टींत मनुष्य रमून जातो हे स्वाभाविकच आहे. पण उतारवयात बहात्तर रोगांच्या चर्चेत त्याने भाग घ्यावा ही थोडीशी आश्चर्याची गोष्ट नाही का? यातला कुठला रोग आपल्याला केव्हा होईल याचा नेम नसल्यामुळे प्रत्येकाची माहिती मिळविण्याची इच्छा प्रौढ माणसांमध्ये प्रबल होत असेल. नाही कुणी म्हणावे?

रोगाच्या पुढची पायरी म्हणजे मृत्यू! दिवाळीच्या मंगल प्रसंगी असल्या अशुभ गोष्टी संभाषणात येऊ नयेत म्हणूनच की काय, आमच्यापैकी कुणीतरी म्हणाला, "आपण सारे व्हरांड्यात बसू या. तिथं कॉफी घेऊ नि मग घरी जाऊ."

हवापालटाचा केवळ विशिष्ट रोगावरच परिणाम होतो असे नाही. तो माणसाच्या गप्पांवरसुद्धा होतो. व्हरांड्यात आल्यावर आम्ही सारे एकदम स्तब्ध झालो. बाहेर पसरलेल्या अमावस्येच्या काळोखाने आम्हाला क्षणार्धात अंतर्मुख केले की काय देव जाणे! आम्ही क्लबात आलो तेव्हा सारे शहर दिव्यांनी कसे फुलून गेले होते! जणूकाही सुंदर कळ्यांनी लगडलेले सुरंगीचे झाडच. पण आता तो दीपोत्सव विसर्जन पावला होता. रस्त्यावर मिणमिण करणारे नगरपालिकेचे दिवे काळोख्या गुहेत चमकणाऱ्या काजव्यांसारखे भासत होते. मघाचा प्रकाशाचा पूर पार ओसरला होता. नुसते वाळवंट उरले होते तिथे! बाळपणीच्या मधुर स्मृतीइतकेच त्या आनंदाचे अस्तित्व उरले होते. मघाशी आम्ही पाहिलेली नगरी– ती होती यौवनाने

मुसमुसलेली सुंदर तरुणी! दीपकटाक्षांनी प्रत्येक प्रेक्षकाचे मन वेधून घेण्याचे सामर्थ्य तिच्या अंगी होते. आताची नगरी सारे सौंदर्य लोप पावलेल्या एखाद्या वृद्धेसारखी दिसत होती! यौवनाची मोहिनी किती क्षणभंगुर असते याचा अनुभव ती घेत होती!

असे किंवा असलेच काहीतरी विचार आमच्यापैकी प्रत्येकाच्या मनात येत असावेत. तसे नसते तर दहा-बारा बडबडे लोक तीन-चार मिनिटे स्वस्थ बसलेच नसते!

पण अनेक माणसे एके ठिकाणी मुकेपणाने बसली की, ती शांतताही मोठी विचित्र वाटते, हळूहळू असह्य होते. देवाला प्रसाद लावावा, गुरवाने पुन:पुन्हा गाऱ्हाणे घालून 'बोल सायबा' म्हणून हात जोडावेत, पण मूर्तीला चिकटलेल्या तांदळातला एक दाणासुद्धा खाली पडू नये! असे झाले म्हणजे कौल लावणाऱ्या माणसाची जी मन:स्थिती होते तिचा अनुभव आम्हाला येऊ लागला. कुणीतरी बोलावे, काहीतरी विषय काढावा, कॉफी येईपर्यंत कानांना काहीतरी काम द्यावे असे प्रत्येकाला वाटू लागले.

प्रो. दामल्यांनी ही कोंडी फोडली. ते म्हणाले, ''इथल्या नव्या दैनिकाचा संपादक मोठा डोकेबाज दिसतो हं! लवकरच एक खळबळ उडविणारी लेखमाला सुरू करणार आहे तो! तिचे नाव आहे– 'आपण सारे खुनी आहोत!' ''

''आपण सारे खुनी आहोत?'' तिघा-चौघांच्या तोंडातून नकळत एकदम शब्द बाहेर पडले. जणूकाही ते कुठल्यातरी नाटकात काम करीत होते आणि ते वाक्य त्यांनी एकदम उच्चारणे नाट्याच्या परिणामकारकतेच्या दृष्टीने आवश्यक होते. त्यांच्या प्रश्नाच्या पाठोपाठ एक-दोघांचे अस्फुट हास्य ऐकू आले.

गोरे वकील सिगारेटचा धूर नाकातून सोडीत उद्‍गारले, ''अहो, वर्तमानपत्रं आणि वेश्या यांच्यात फार साम्य आहे! दोघांनाही गिऱ्हाईक गाठण्यासाठी दररोज नवनवी रंगरंगोटी करावी लागते! त्यातलाच हा एक प्रकार आहे झालं! तीस वर्षांचा अनुभव जमेला धरून मी सांगतो तुम्हाला, खुनी म्हणून फासावर चढलेला मनुष्यसुद्धा अनेकदा निर्दोष असतो. हत्येच्या दृष्टीनं नव्हे, हेतूच्या दृष्टीनं! मनुष्य वाटतो तितका स्वभावत: दुष्ट नाही. पण तो मूर्ख आहे. महामूर्ख आहे!''

क्लबात कुणी संपादक नव्हता हे आमचे भाग्य! नाहीतर गोऱ्यांच्या पहिल्याच वाक्यासरशी मारामारी सुरू झाली असती आणि मौजेने पत्ते खेळण्याकरिता आलेल्या डॉक्टरांना इथेसुद्धा गिऱ्हाइके मिळाली असती!

गोऱ्यांना दुजोरा देत आणि आपले अर्धवट टक्कल पडलेले डोके खाजवीत डॉ. उद्‍गारले, ''अहो, ही अलीकडची नवी नवी पाश्चिमात्य खुळं आहेत. माणसशास्त्राचं स्तोम माजवायचं आणि माणसाला सांगत सुटायचं की, तू मूर्ख आहेस, तू लंपट

आहेस, तू विकृत आहेस! माणसाला गाढव ठरविण्यात मोठा आनंद वाटतो या युरोपियन विद्वानांना. पण मी तुम्हाला सांगतो, या बडबडीत भुसा फार, दाणे थोडे. मधे फ्रॉइडचं एक खूळ आलं होतं ना?''

कोपऱ्यातल्या आरामखुर्चीत डोळे मिटून पडलेले माधवराव दांडेकर एकदम उठून बसले आणि म्हणाले, ''मी तुमच्यासारखा विद्वान नाही. व्यापार करून चार पैसे कमावणारा एक साधासुधा माणूस आहे मी! मला या विषयावर वादविवाद नाही करता येणार. पण जगातल्या प्रत्येक मनुष्याचा अनुभव पढिक पांडित्यापेक्षा अधिक मोलाचा असतो. मी माझ्या अनुभवावरून सांगतो, आपण सारे खुनी आहोत. प्रत्येकानं आपलं आयुष्य प्रामाणिकपणानं आठवून पाहावं म्हणजे त्याच्या लक्षात येईल की, कधी ना कधी आपल्या हातून खून झाला आहे!''

माधवराव काय म्हणताहेत हे आम्हाला कळेना! वादासाठी वाद करणाऱ्या व्यक्ती जगात पुष्कळ असतात. पण माधवरावांचा स्वभाव तसा मुळीच नव्हता. शांत, गोड आणि विचारी असा हा पन्नाशी उलटलेला सधन मनुष्य जे बोलत होता त्याचा अर्थ—

गोरे वकील उलटतपासणीसाठी प्रसिद्ध होते. त्यांनी तत्काळ माधवरावांना प्रश्न केला, ''आपण सारे खुनी आहोत असं तुम्हाला खरोखरच वाटतं?''

''खरोखर. ईश्वरसाक्ष सांगतो हवं तर!'' एरवी माधवरावांच्या या शब्दांनी आमच्या मुद्रांवर स्मित उमटले असते. पण–पण त्यांच्या ठाशीव बोलण्यामुळे आम्ही चकित झालो. ते थट्टा करीत नव्हते हे उघड होते.

गोऱ्यांनी गंभीरपणाने प्रश्न केला, ''आपण या शब्दात आम्ही सारे तर येतोच, पण तुम्हीसुद्धा येता.''

''कबूल!''

''मग तुम्ही– तुम्ही–''

''असे चाचरू नका!''

''तुम्हीसुद्धा खुनी आहा?''

''तुमचा आरोप मला मान्य आहे.''

या उत्तराचा अर्थ कुणालाच कळेना. गोरे वकील एवढे बोलभांड, जहांबाज, कज्जेदलाल, पण उकळत्या दुधावर पाण्याचा शिडकाव होताच ते जसे खाली जाते, तसे ते एकदम स्तब्ध झाले.

माणसाचे मन नुसते विचित्र नाही. ते विकृतही आहे. आम्ही दोघे-तिघे एकमेकांकडे साभिप्राय दृष्टीने पाहू लागलो. सात-आठ वर्षांपूर्वी माधवरावांची चाळिशीत आलेली पत्नी गोल पातळ नेसू लागली होती! पुढे लवकरच तिने चेहऱ्याची रंगरंगोटी करायला सुरुवात केली. बायकाबायकांत तिच्या या क्रांतिकारक

सुधारणांची चर्चा होऊन शेवटी आम्हा नवऱ्यांपर्यंत येऊन पोहोचे. माधवराव आपल्या कामासाठी दिल्लीला किंवा कलकत्त्याला महिना-महिनाभर जात. अर्थात त्यांची पत्नी प्रोषितभर्तृका होई. पती परगावी गेल्यानंतर पतिव्रतेने कसे राहावे, केस कसे बांधावे, डोळ्यांत काजळ घालावे की घालू नये इत्यादी गोष्टींची संस्कृत काव्यांतून आम्हाला मिळालेली माहिती या आधुनिक प्रोषितभर्तृकेच्या वागणुकीशी विसंगत वाटू लागली. साहजिकच तिच्या वर्तनाविषयी जीभ चावत चावत चर्चा करण्याचा बायकांनी पायंडा पाडला. माधवरावांचा मुलगा आणि मुलगी ही दोघे थोडीफार उडाणटप्पूच होती. त्यामुळे त्यांच्या पत्नीविषयी निर्माण झालेला हा निराधार संशय तसाच कायम राहिला. बेताल आईची मुले बेफाम व्हायचीच, असे काहीतरी आमच्यापैकी अनेक दांपत्ये त्यावेळी एकांतात पुटपुटलीदेखील!

ते सारे आम्हाला एकदम आठवले आणि मनात आले, माधवरावांना या गोष्टीचा कधीकाळी पत्ता लागलेला होता की काय? आपल्या पत्नीशी फाजील सलगी करणाऱ्या मनुष्याचा काटा त्यांनी गुप्तपणाने नाहीसा केला असेल का? यात अशक्य काय आहे? गुन्हा गरिबाला सुखासुखी पचत नाही. पैसेवाल्यांचे तसे नाही. त्यांच्या पायात मोडलेला काटा कितीही मोठा असूदे, सोन्याच्या सुईने हा हा म्हणता ते तो टोकरून बाहेर काढतात, दूर फेकून देतात.

आमच्या मनात काय चालले आहे हे माधवरावांना कळणे शक्य नव्हते. पण आम्ही गोंधळलो आहो हे त्यांनी ओळखले. खुर्चीत नीट सावरून बसत ते म्हणाले, ''माझ्या हातून झालेल्या खुनाची हकिकतच मी तुम्हाला सांगतो. तुम्ही मला सज्जन मानता. मीही स्वतःला भला माणूस समजतो. पण सज्जनांच्या हातूनसुद्धा या जगात खून होऊ शकतात. दुर्जनांपेक्षा सज्जनांच्या हातूनच अधिक खून होतात असं म्हटलं तरी चालेल.''

माधवराव पेशाने व्यापारी असले तरी त्यांच्या रक्तात रसिकपणा भरपूर होता. शॉ हा त्यांचा आवडता ग्रंथकार. आपल्या या लाडक्या लेखकाची हुबेहूब नक्कल करूनच त्यांनी शेवटचे वाक्य उच्चारले असावे असे आम्हा सर्वांना वाटले.

माधवराव बोलू लागले : एका गोष्टीबद्दल प्रथमच तुमची माफी मागून ठेवतो मी! कुठलीही हकिकत मला नीट रंगवून सांगता येत नाही. त्यामुळे माझा अनुभव ऐकल्यानंतर डोंगर पोखरून उंदीर निघावा तसं कदाचित तुम्हाला वाटेल. पण मी जे सांगणार आहे ते तुमच्यासाठी नाही. स्वतःसाठीच सांगणार आहे मी. कुठंतरी मन मोकळं करून ती गोष्ट सांगावी असं कितीतरी दिवस वाटतंय मला! आज सहा वर्षे एखाद्या पिशाच्चासारखी त्या गोविंदाची आठवण माझा पाठलाग करतेय!

गोविंदा? कुठला गोविंदा? आम्ही प्रश्नार्थक दृष्टीने एकमेकांकडे पाहत आपापसात मूकपणाने बोललो. माधवरावांशी संबंध आलेला गोविंदा नावाचा इसम कुणालाच ठाऊक नव्हता!

माधवरावांनी खाकरून बोलायला सुरुवात केली : सात वर्षांपूर्वीची गोष्ट आहे ही! रात्री पावणेदहा वाजता अगदी दमून घरी आलो होतो मी. येऊन पाहतो तो टेबलावर कलकत्त्याची अगदी जरुरीची तार पडलेली! मुंबईला जाणारी पावणेअकराची गाडी साधायची म्हणून मी जेवलोसुद्धा नाही. दोन केळी खाल्ली. थोडी कॉफी घेतली. इतक्यात ड्रायव्हर वर येऊन म्हणाला, ''बाईसाहेब, भाऊसाहेब आणि ताईसाहेब यांना बाहेर जायचंय.''

मी रागाने विचारले, ''कुठं?''

''कसला नाच आहे म्हणे! साडेदहाला सुरू होणार आहे तो! चार दिवसांपूर्वीच तिकिटे काढून ठेवली आहेत त्यांनी!''

'तांगा करून जायला सांग त्यांना!' हे शब्द माझ्या अगदी ओठांवर आले होते पण मी ते आतल्या आत गिळले हे ऐकून तुम्ही सारे हसाल मला. गोरे तर मला मूर्खात काढतील. त्यांची बायको अजून त्यांना भिते. मुलं तर त्यांच्या वाऱ्यालासुद्धा उभी राहत नाहीत. मलासुद्धा त्यांच्याप्रमाणं प्रतापराव व्हावं असं अनेकदा वाटतं. पण जे आडात नाही ते पोहऱ्यात कुठून येणार? ते जाऊदे. मी काय सांगत होतो? हं! मी रागारागानंच ड्रायव्हरला सांगितलं, ''तू घेऊन जा त्यांना. मी जाईन तांगा करून स्टेशनवर!''

बायकापोरांना साध्या बाबतीत दरडावायची हिंमत नसलेल्या या दुबळ्या मनुष्याने खून कसा केला असेल कुणाला ठाऊक, हा विचार आम्हा सर्वांच्याच मनात एकदम आला. आम्ही एकमेकांकडे पाहून साभिप्राय स्मित केले आणि पुढे ऐकू लागलो.

त्या दिवशी बायकामुलांवरला राग मी स्वत:वर काढला. टॅक्सी न करता तांगा करून स्टेशनवर गेलो मी. गाडीला फक्त पंधरा मिनिटे उरली होती. मी गडबडीने तांग्यातून उतरलो. हमाल हे पूर्वजन्मीचे कावळे असतात की काय हे मला माहीत नाही. माझ्याभोवती सुरू झालेली त्यांची कावकाव पाहून तशी कल्पना मात्र त्यावेळी माझ्या मनात आली. त्या कलकलाट करणाऱ्या चार-पाच लोकांच्या पलीकडे एक साध्या पोशाखातला पोऱ्या उभा होता. तोही मोलमजुरी करणारा दिसला. या भांडखोर लोकांपेक्षा त्यालाच चार पैसे देणे बरे म्हणून मी मोठ्याने त्याला विचारले, ''काय रे? येतोस का आत सामान घेऊन?''

मान हालवून तो हळूहळू पुढे झाला. त्याचे ते चालणे पाहून तो आजारी आहे की काय हे मला कळेना!

तो माझ्याजवळ यायच्या आधीच दोघे-तिघे हमाल ओरडले, ''साहेब, तुमची गाडी चुकणार! हा अंधळा गोगलगाईवाणी चालतो. तो आत पोहोचेपर्यंत गाडी निघूनसुद्धा जाईल.''

''तू अंधळा आहेस?'' मी दचकून त्या तरुणाला विचारले.

''कमी दिसतं मला साहेब. पण तुमची गाडी नाही चुकू देणार मी! गाडी चुकली तर मला पै देऊ नका.''

त्याच्या स्वरातला प्रामाणिकपणा मला आवडला. त्याच्या डोक्यावर सामान चढवून मी तिकीट काढायला गेलो तेव्हा तो म्हणाला, ''साहेब, माझं एक पॅटफॉम काढा. साध्या ड्रेसात मला आत सोडत नाहीत कधीकधी!''

गाडीकडे जाताना मी त्याच्याकडे बारकाईने पाहत होतो. त्याचा धक्का कुणाला लागला नाही. तो पुरा आंधळा नव्हता हे यावरून उघड होत होते. मात्र तो फार जपून चालत होता. जिना आला तेव्हा पहिली पायरी त्याने आधी चाचपली मग तो बेताबेताने चढू लागला.

तीन डागांचे सहा आणे मी त्याला दिले. इतर हमालांप्रमाणे तो आणखी पैसे मागेल, वायफळ बडबडत राहील, 'साहेब, मी अंधळा आहे' म्हणून भुणभुण करील, 'गरिबाच्या पोटाकडे बघा' म्हणून तोंड वेंगाडील, अशी माझी कल्पना होती. पण त्याने तसे काहीच केले नाही! एक पावली आणि एक दुणेली मी त्याच्या हातावर ठेवली होती. ती नाणी त्याने अगदी डोळ्यांजवळ नेऊन पाहिली, मग ती डाव्या हातात घेऊन उजव्या हाताने ती चाचपली आणि आर्जवी स्वराने दुणेली पुढे करीत तो म्हणाला, ''दोन आणेल्या द्या मला साहेब!''

मी ती दुणेली घेतली आणि त्याच्या हातावर दोन सुट्या आणेल्या ठेवल्या. लगेच त्यातली एक पुढे करीत तो म्हणाला, ''साहेब-''

मी विचारले, ''हे रे काय?''

तो उत्तरला, ''पॅटफॉमचं तिकीट!''

मी त्याच्याकडे पाहत राहिलो. व्यापारात पडलेल्या माणसानं अप्रामाणिकपणाचे इतके नमुने पाहिलेले असतात की, मनुष्य अतिशय प्रामाणिक असू शकतो या गोष्टीवर त्याचा विश्वासच बसत नाही! त्यामुळे रेताड वाळवंटात अमृताचा झरा दिसावा तसे त्याचे ते शब्द मला वाटले – 'पॅटफॉमचं तिकीट!'

मी त्याला त्याचे नाव विचारले! तो माझ्याकडे चकित होऊन पाहू लागला. आतापर्यंत कुठल्याही प्रवाशाने त्याला नाव विचारले नसावे. तो हळूच म्हणाला, ''गोविंद.''

मी खिशातून एक रुपयाची नोट काढली आणि ती त्याच्या हातात ठेवीत म्हणालो, ''गोविंदा, तुझा एक आणा मी घेतो. पण त्या एक आण्याची किंमत फार

मोठी आहे. म्हणून त्याच्याबद्दल माझा हा रुपया तू घेतला पाहिजेस!''

तो का कू करू लागला. पण आग्रह करून तो रुपया मी त्याला घ्यायला लावला. इतक्यात गाडीची तिसरी घंटा झाली. गाडी सुटतासुटता त्याचे शब्द मी ऐकले, ''साहेब, गोविंदाची आठवण ठेवा हं!''

बोलताबोलता माधवराव थांबले. बहुधा तो प्रसंग त्यांच्या डोळ्यांपुढे उभा राहिला असावा. आम्ही सारे मात्र अचंब्यात पडलो. मोलमजुरी करणाऱ्या एका गरीब पोराचा खून आपण केला असे माधवराव म्हणतात! त्यांना वेडबीड तर लागले नाही ना?

माधवराव पुढे बोलू लागले : कलकत्त्याहून परत आल्यावर एकदा हुबळीला जायचं होतं मला. त्या दिवशी घरात गाडी होती. पण मला एकदम गोविंदाची आठवण झाली. गाडीतून गेलो तर त्याची गाठ पडणार नाही असं वाटलं. तो तांगे थांबतात तिथंच— तिसऱ्या वर्गाच्या उतारूंपाशी. असे म्हणून मी मुद्दाम तांगा केला. बायकोला माझं ते वागणं मोठं विक्षिप्तपणाचं वाटलं. नवरा असाच सुधारत गेला तर लवकरच संन्यास घेईल अशी भीती कदाचित तिच्या मनात निर्माण झाली असावी!

अपेक्षेप्रमाणे गोविंदा मला दिसला. त्यालाच घेऊन मी गाडीवर गेलो. गाडी सुटायला नेहमीपेक्षा थोडा अधिक उशीर झाला. म्हणून आग्रह करून त्याला मी डब्यात बोलावलं, थोडं फराळाचं खायला दिलं. उभ्याउभ्यानंच खात होता तो ते! मी बसायला सांगितलं तेव्हा तो संकोचला. शेवटी मी त्याला खाली बसविलं, तेव्हा आपला उष्टा हात बैठकीवरून हळूच फिरवून तो म्हणाला, ''या डब्यात बसायला इतक्या मऊ मऊ गाद्या असतात हे माहीत नव्हतं मला साहेब!''

हळूहळू त्याची सारी हकिकत मी विचारून घेतली. पहिल्या-पहिल्यांदा तो थोडासा गोंधळला. मग मात्र सारं मोकळेपणानं सांगू लागला. मला वाटलं, प्रत्येक माणसाला आपलं सुखदुःख कुणापाशी तरी सांगावं अशी फार फार इच्छा असते. पण अनेकांना ते ऐकून घेणाराच या जगात मिळत नाही.

गोविंदाची हकिकत इतरांपेक्षा काही फारशी निराळी नव्हती. असले लाखो गोविंद आपल्या दुर्दैवी देशात वावरत आहेत. बिचारे धडपडतात, तडफडतात, प्रामाणिकपणानं आयुष्याचा प्रवास करू इच्छितात; पण त्यांना कोणत्याच प्रकारची अनुकूलता मिळत नाही. आईबाप गरीब. त्यांचं पोट हातावर. त्यांना पोरं पुष्कळ. ती होऊ नयेत असं पुढंपुढं वाटू लागतं. पण ती न होऊ देण्याचा उपाय ठाऊक नसतो. बिचारी देवापुढं पुन्हा पुन्हा हात जोडतात. पण इकडे मुलं होतच राहतात! मिळकत थोडी, कुटुंब मोठं. मग पोरांना शाळेत घालून कसं भागणार? गोविंदा तर आई-बापाचा पहिला मुलगा. त्याच्या पाठीवर पाच-सहा भावंडं. सातव्या वर्षीच तो लहानसान कामं करू लागला. पण तो कुठंही टिकेना. त्याला दिसे कमी. जिथं

तिथं हा दोष आडवा येऊ लागला. आईबापांनी निरनिराळ्या देवांना खूप नवस केले. पण एकही देव त्यांना पावला नाही. गोविंदाची दृष्टी सुधारली तर नाहीच, उलट ती हळूहळू बिघडत चालली.

अशी आठ-दहा वर्षं गेली. गोविंदाला सारं समजू लागलं. अधू डोळ्यांमुळे घरी बसून राहायचं त्याच्या जिवावर येई. पण जवळजवळ अंधळ्या झालेल्या मुलाला नोकरी कोण देणार? तो बसून खातो म्हणून आईबाप त्याच्यावर रागावू लागले. आपली धाकटी बहीण कशी गोरीपान आहे! पण तिला काही चांगला परकर मिळत नाही म्हणून गोविंदाला फार फार वाईट वाटे. विचार करताकरता शेवटी त्याने घर सोडून पळून जाण्याचे ठरविले.

कुठल्यातरी मोठ्या स्टेशनवर आपल्याला काम मिळेल या आशेनं तो इथं आला. स्टेशनवर उभा राहू लागला. दिवसा त्याला फार कमी काम मिळे. त्याचा अंधळेपणा उतारूला चटकन कळे. रात्री मात्र चार पैसे निश्चित मिळत. त्याचा अंधळेपणा अंधारात खपून जाई. शिवाय काही टांगेवाले त्याचे दोस्त झाले होते. ते त्याला गिऱ्हाईक मिळवून देत. पोटापुरतं त्याच्या पदरात पडे. धर्मशाळेत राहायचं, पुरीभाजी-पावचहा- जे मिळेल त्यावर दुपारची आणि रात्रीची वेळ भागवायची. एखादे दिवशी नुसतं पाणी पिऊन पथारी पसरायची आणि महिन्याकाठी चार-दोन रुपये शिल्लक पडले तर ते घरी पाठवायचे, असा त्याचा क्रम सुरू झाला. त्यातच त्याला आपल्या आयुष्याचं सार्थक वाटत होतं. त्याची देवाकडे फक्त एकच प्रार्थना होती– 'आहे एवढी दृष्टी तरी शाबूत ठेव!'

– माधवराव एकदम थांबले.

कॉफी आणायची का, हे विचारायला नोकर आला होता. त्याचा आम्हा सर्वांना असा राग आला! आमच्याकडे पाहत माधवराव म्हणाले, "पाच मिनिटांनी घेऊन ये."

तो निघून गेला. पण सूत काढता काढता ते मधेच तुटले म्हणजे मनुष्य जसा चिडतो तशी आमची स्थिती झाली. माधवराव ते आता कसे सांधणार आहेत ते आम्हाला कळेना.

ते पुढे सांगू लागले : गोविंदाची हकिकत ऐकून मला दया आली. मी तिथल्यातिथं त्याला एक पत्र लिहून दिलं. एका बड्या डोळ्यांच्या डॉक्टरांच्या नावाची चिठ्ठी होती ती! मी परत आल्यावर ते डॉक्टर रस्त्यात मला भेटले. 'आपण गोविंदाच्या डोळ्यांवर उपचार करीत आहो. यामुळे त्याला थोडं स्पष्ट दिसू लागलं आहे, पण ऑपरेशनशिवाय त्याचे डोळे सुधारणार नाहीत. ते ऑपरेशन फार कठीण आहे.' असे त्यांनी मला सांगितलं. ऑपरेशन मुंबईला चांगले होईल, त्याला हजार रुपये खर्च येईल असेही त्यांनी मला बजावले. गोविंदा निराश होऊ नये म्हणून ऑपरेशनची गोष्ट त्यांनी त्याला सांगितली नव्हती. मी मनात म्हटले, 'हजार रुपये

काही आपल्याला फार जड नाहीत. पुढं सवडीनं कधीतरी करून टाकू गोविंदाचं ऑपरेशन!'

त्यानंतर दिल्ली आणि कलकत्ता येथे माझे दोन-अडीच महिने गेले. परत आल्यावर मी मधला जमाखर्च सहज पाहू लागलो. डोळ्यांच्या डॉक्टरांचं एक बिल त्यात दिसलं. ते पाहताच मला गोविंदाची आठवण झाली. अस्सं उठावं आणि त्याला घेऊन मुंबईला जावं असं क्षणभर वाटलं मला. पण मी जागेवरून काही हललो नाही. स्टेशनवर योगायोगानं भेटलेल्या एका पोरासाठी हजार रुपये खर्च करावेत की नाही याचा माझं मन विचार करू लागलं. एकदा वाटे, 'ते आपलं कर्तव्य आहे– तो माणसाचा धर्म आहे.' मग मनात येई, 'असे लाखो गोविंद जगात आहेत. त्या सर्वांची दु:खं दूर करायला कुबेराची संपत्ती तरी पुरेल का? उठल्यासुटल्या धर्माचे स्तोम माजविण्यात काय अर्थ आहे? व्यवहार, व्यवहार म्हणून जगात काही आहेच की नाही?'

अशा मन:स्थितीत मी तीन-चार दिवस काढले. चौथ्या दिवशी आमचे चिरंजीव माझ्याकडे आले. उसने पैसे घेऊन तो रेस खेळायला गेला होता आणि हजार रुपये गमावून बसला होता! ते पैसे भरणं मला प्राप्तच होतं. पेढीची पत होती, घराण्याची अब्रू होती, माझ्या नावाची किंमत होती. त्या गाढवानं एक नाव सांगितलं. मी मुकाट्यानं त्या नावाचा हजाराचा चेक फाडून दिला!

तो चेक दिल्यावर मात्र मला स्वत:चा संताप आला. आरशापुढं जाऊन चार थोबाडीत मारून घ्याव्या किंवा देवघरात जाऊन देवापुढं नाक घासावं असं वाटू लागलं. लगेच मी गाडीत बसलो नि स्टेशनवर गेलो. तिथल्या गडबडीत गोविंदा कुठंच दिसेना. त्याची चौकशी कुणाकडे करावी हेही कळेना! इतक्यात गोविंदाची नि माझी ओळख झाली त्या दिवशीचा टांगेवाला मला दिसला.

"गोविंदा कुठल्या धर्मशाळेत राहतो रे?" मी त्याच्याजवळ जाऊन प्रश्न केला.

त्याने झटकन तोंड फिरविले. त्याच्या या वागणुकीचा अर्थच मला कळेना. वाटलं, गोविंदाचं आणि टांगेवाल्याचं कडाक्याचं भांडण झालं असावं! या अशिक्षित लोकांत प्रेम आणि द्वेष या दोन्ही भावना मोठ्या उत्कट असतात.

मी त्याच्याकडे पाहू लागलो. तो डोळे पुशीत होता. मी मनात चरकलो.

"काय झालं रे?" मी गोंधळून विचारले.

"गोविंदा गेला साहेब..."

"गेला?"

"हो."

"मेला?"

त्याने मान हलविली आणि पुन्हा डोळे पुसले.

"काय झालं रे त्याला? औषधपाणी कुणी केलं की नाही?"

"तो मोटारीखाली सापडला साहेब!"

"मोटारीखाली? कुठं?"

"इथंच." पलीकडे बोट दाखवीत तो म्हणाला.

"कधी?"

"काल रात्री."

"काल रात्री?" कुणीतरी गळा दाबीत असल्यासारख्या स्वरात मी ओरडलो.

"होय साहेब! तो एका डागदाराकडं गेला होता मधे. त्याच्या औषधानं त्याला थोडं बरं दिसायला लागलं. मग त्याला जास्ती काम मिळायला लागलं. मागच्या महिन्याला दहा रुपये पाठविले त्यानं घरी! बापाचं शाबासकीचं पत्र आलं. ते घेऊन दिवसभर नाचत होता नुसता! पत्रात आईनं भेटायला बोलावलं होतं. 'पुढल्या महिन्याला खूप पैसे घेऊन जाईन,' असं तो माझ्यापाशी म्हणाला. सारखं काम मिळवायला लागला. दिवस नाही नि रात्र नाही. मागं तो संभाळून हळूहळू चालायचा. पण थोडं बरं दिसायला लागल्यावर पळायला लागला लेकाचा! सावधपणा गेला साहेब त्याचा. नि काल रात्री– तिथं– तिथं काळोख असतोच नेहमी-"

आवंढा गिळून तो टांगेवाला म्हणाला, "फार चांगलं पोरगं होतं साहेब!"

त्या जागेकडे पाहत मी कितीतरी वेळ उभा राहिलो होतो.

सहा वर्षं होऊन गेली या गोष्टीला. पण स्टेशनवर गेलो की, अजून गोविंदाची आठवण होते मला! काळजात कुणीतरी सुरी खुपसल्यासारखं वाटतं. गोविंदाची मूर्ती डोळ्यांपुढं उभी राहते. ती म्हणते, 'साहेब, तुम्ही माझा खून केला. तुमच्या दयेनं मारलं मला. माणसं दयेवर जगत नाहीत, ती न्यायावर जगतात. तुम्ही मला त्या डाक्तराकडं पाठविलं नसतं तर स्वत:ला अंधळा मानून मी जन्मभर सावधपणानं चालत राहिलो असतो. पण–तुम्ही–तुम्ही मला अर्धेमुर्धे डोळे दिले. तुमच्या दयेनं माझा खून केला!'

शेवटची वाक्ये उच्चारताना माधवरावांचा स्वर एकदम घोगरा झाला. ते बोलायचे थांबले. वाजता वाजता सतारीची तार एकदम तुटावी तसे आम्हा सर्वांना वाटले.

नोकर उनउनीत कॉफी घेऊन आला. सर्वांपुढे त्याने कॉफीचे पेले ठेवले.

हवेत गारठा जाणवू लागला होता. पण पेल्याला हात लावण्याची इच्छा कुणालाच होईना!

१९५०

प्रीतीचा शोध

प्रीतीचा शोध

प्रकरण पहिले

कितीतरी वेळ शून्य दृष्टीने मी समोरच्या कागदावरल्या या शब्दांकडे पाहत होतो.

जगातली काही काही दु:खे मोठी विचित्र असतात. माणसाला ती मोकळेपणाने कुणापाशीच उघड करता येत नाहीत– अगदी प्रीतीतल्या व्यक्तीपाशीसुद्धा! ती सुखासुखी सांगता येत असती तर आता लिहिण्याच्या टेबलापाशी दुर्मुखून आणि कपाळाला हात लावून मी कशाला बसलो असतो? अश्शी खाली धूम ठोकली असती, वेणी घालीत बसलेल्या हेमाच्या प्रतिकाराची पर्वा न करता तिला ओढून वर आणले असते आणि तिच्या कानात गुणगुणू लागलो असतो, 'प्रिये, प्रियतमे, लाडके, ही पाहिलीस का माझ्या काळजाला झालेली जखम? तिच्यातून वाहणारं हे लालभडक रक्त– माझ्या हृदयाची ही तडफड–'

ती तडफड हेमाला कधीच कळली नसती. आपला नवरा कादंबरी लिहायला बसला आणि पहिल्या वाक्यापाशीच अडला हे तिला कळले तर–

छे!

टेबलावरल्या साजशृंगाराकडे चडफडत पाहत बसण्याखेरीज मला दुसरे काहीच करता येण्याजोगे नव्हते. एरवी हेमाच्या सूक्ष्म सौंदर्यदृष्टीचा मला मोठा अभिमान वाटे, पण आता मात्र मला तिचा राग येऊ लागला. या फुलदाणीत तिने ताजी गुलाबाची फुले ठेवली हे ठीक होते. त्यात काहीतरी काव्य आहे. गुलाब हे प्रीतीचे प्रतीक आहे. काट्यावाचून दोघांचेही पान हलत नाही कधी! एका गुलाबी बशीत तिने घालून ठेवलेले काजू, मनुका, बेदाणा वगैरे जिन्नस ती किती चतुर गृहिणी

आहे हे सिद्ध करीत होते. आपला नवरा लोकप्रिय कादंबरीकार असला तरी तो माणूस आहे हे ती विसरली नव्हती. पण तिने समोरच्या कोऱ्या कागदावर ठेवलेला हा उंट! उंटाखेरीज दुसरे कसलेच पेपरवेट तिला आज मिळू नये याचा अर्थ काय? मी उंटावरला शहाणा आहे असे तर तिला सूचित करायचे नाही ना? आज मी नवी कादंबरी लिहायला सुरुवात करणार हे ठाऊक असून, तिने हा उंट माझ्यासमोर कशाला आणून ठेवला? हरीण, मोर, निदान कुत्रा–

त्या उंटाकडे पाहतापाहता माझ्या मनात वेडेवाकडे विचार येऊ लागले. अगदी थेट त्याच्या आकृतीसारखे! आठ वर्षांपूर्वी हेमाचा आणि आपला प्रेमविवाह झाला हे खरे आहे, पण प्रेम म्हणजे काही संगमरवरी दगडाची मूर्ती नव्हे. ते एक नाजूक फूल आहे. कुठल्या उन्हाच्या झळीने ते केव्हा कोमेजू लागेल हे कुणालाही सांगता येणार नाही. परवाच नवीन कुड्या घ्यायला पैसे नाहीत असे मी म्हटल्याबरोबर हेमा किती फुरंगटून बसली. 'मुक्या बायकोबरोबर संसार करणं आपल्याला जमणार नाही बुवा!' या शब्दांनीसुद्धा ती हसली नाही. तब्बल चार दिवस आपल्याशी अबोला धरला होता तिने! लग्न झाल्यावर ती अशी कशासाठी तरी रुसली म्हणजे आपल्याला मोठा हर्ष व्हायचा! केवळ आपल्या स्पर्शाने, एखाद्या वेळी नुसत्या कटाक्षानेसुद्धा ती खुदकन हसायची. गुलाबाच्या फुगीर कळीचे एकदम हसरे फूल व्हायचे.

पण आता? प्रेम हे प्रारंभी गोजिरवाणे दिसते. पुढे मात्र – परवाचा तिचा तो अबोला – हा हल्लीचा उदासीनपणा– अपत्याच्या जन्माबरोबरच स्त्रीच्या मनातल्या प्रणयिनीचा मृत्यू घडून येतो काय? कुणाला ठाऊक! हेमा आता चांगली तीन मुलांची आई आहे, की शरीरसुखाच्या पहिल्यावहिल्या ओढीमुळे आपण ज्याला अथांग समुद्र मानतो ते एक साधेसुधे उथळ तळे असते? उन्हाळा आला की, त्या तळ्यात जिकडेतिकडे छोटीछोटी डबकी निर्माण होतात आणि मग–

छे! प्रीती मद्यासारखी असते. दारूप्रमाणे तिच्या धुंदीतही मनुष्य जीवनाविषयी स्वैर कल्पना करीत सुटतो. पण ती धुंदी उतरल्यावर–

टेबलावरल्या आमच्या दोघांच्या फोटोकडे माझे लक्ष गेले. आठ वर्षे आमचे जीवनप्रवाह जोडीने वाहत आले होते. कैकवेळा एकमेकांच्या बाहुपाशांचे सुख सोडणे आमच्या जिवावर आले होते. तीन आनंदग्रंथींनी आमच्या मनांची फडफडणारी वस्त्रे घट्ट बांधून ठेवली होती. मग आता हे विचित्र विचार–

माणसाचे अंतर्मन हा एक विकृत आरसा आहे असे मला वाटले. हे फार चांगले वाक्य आहे, आपल्या नव्या कादंबरीत हे कुठेतरी वापरलेच पाहिजे असा विचार लगेच मनात आला. एखादी गायिका मधेच गोड मुरकी घेते आणि आपल्या गाण्याची लज्जत वाढविते– अगदी तस्से हे वाक्य कादंबरीत आले पाहिजे असे मी माझ्या स्मृतीला बजावले आणि स्वतःशीच हसून कादंबरीच्या पहिल्या प्रकरणाची

सुरुवात करण्याकरिता फाउंटनपेन उचलले.

पण लगेच मी ते खाली ठेवले. माझी लिहिण्याची इच्छाच नाहीशी झाली होती. पानावर बसताच अन्नावरली वासना जावी तसे मला वाटत होते. चित्रपटांतली बारीक अक्षरे मोठी मोठी होत पुढे येतात ना, तशी पुढ्यात पडलेल्या कोऱ्या कागदावरली ती अक्षरे मोठी मोठी होत माझ्याकडे सरकू लागली.

प्रीतीचा शोध

प्रकरण पहिले

पण त्या अक्षरांपुढे मला काहीच सुचेना! एखाद्या धरणीकंपाने सारे गाव उद्ध्वस्त व्हावे तशी माझ्या मनातल्या कथानकाची स्थिती झाली होती.

काल संध्याकाळपर्यंत नव्या कादंबरीची मनात केलेली मांडणी मला निर्दोष वाटत होती. तिचा विचार करीतच मी रात्री झोपी गेलो. एक-दोन वाजेपर्यंत मला गाढ झोप लागली. मग मात्र स्वप्नांची रहदारी सुरू झाली. पावसाळ्यात दिव्याभोवती शेजारच्या शेतांतली चित्रविचित्र चिमणी फुलपाखरे गोळा होतात ना, तशी गर्दी केली त्यांनी माझ्या मनात!

लेखनाच्या पूर्वतयारीने मन भारावून गेले की, ते अस्वस्थ होते आणि मग नाही-नाही ती स्वप्ने पडू लागतात असा माझा नेहमीचा अनुभव आहे. लग्नाच्या किंवा फाशीच्या आदल्या रात्री कुणीतरी स्वस्थ झोपू शकेल काय? तसेच आहे हे!

पण पहाटे पडलेल्या शेवटच्या स्वप्नाने मला अगदी बेचैन करून सोडले होते. कॉलेजातला माझा रंगेल दोस्त विश्वनाथ त्या स्वप्नात प्रकट झाला. एकटाच नाही, त्याच्या गळ्यात गळा घालून रात्री-अपरात्री भटकणारी ती चटकचांदणी कालिंदीही त्याच्याबरोबर होती. विश्वनाथ माझ्याकडे पाहून हसत म्हणत होता, ''ए वसंत्या, तुझा कसला आलाय लेका प्रेमविवाह? बच्चा आहेस तू अजून! हेमाची नि तुझी गट्टी होऊन चांगलं वर्ष होऊन गेलं. पण अजून एकदातरी तिचं चुंबन घ्यायची तुझी छाती झाली आहे का? हॅट! भित्री भागूबाई... सोवळा भटजी कुठला? प्रीती हे अमृत आहे असे म्हणणारे तुम्ही कवी वेडगळ आहात. प्रीती ही दारू आहे पोरा! त्या दारूची धुंदी ज्याला चढत नाही, सुंदर पातळ नेसलेल्या पाच फूट बाहुलीचं चुंबन घ्यायचा ज्याला धीर होत नाही तो– थू त्याच्या जिनगानीवर! बेट्या, प्रीतीची मस्ती कशी असते ते या कालिंदीला विचार. मध्यरात्री गावाबाहेरच्या माळरानावर भिरभिरणाऱ्या वाऱ्यानं शरीर शिरशिरू लागले म्हणजे एकमेकांच्या अंगाची ऊब कशी हवीहवीशी होते! आकाशातल्या नक्षत्रांकडे पाहतापाहता आपल्या लग्न-मंडपात परमेश्वराने कातरलेल्या फुलांच्या सुंदर माळा लावल्या आहेत हा भास

किती गोड वाटतो, गर्दीला आणि प्रकाशाला भिऊन मनाच्या बिळात सशाप्रमाणं लपणारी प्रीती रात्रीच्या किर्र काळोखात एखाद्या रानहरिणीप्रमाणं कशी नाचूबागडू लागते, माळावरले खडे अंगाला टोचून क्षणाक्षणाला आपण पृथ्वीवर आहो अशी आठवण करून देत असतानाही प्रेमी युगुलाला स्वर्गसुखाचा आस्वाद कसा मिळतो–''

विश्वनाथ म्हणजे एक वल्ली होती. चित्रं काढताना तो जेवढ्या नाजूक हाताने रंगाचा कुंचला फिरवी तेवढ्याच दणकट मनगटाने तो क्रिकेटमध्ये चार-सहाचे टोले मारी. त्याचे बोलणे हे त्याच्या खेळण्यासारखेच होते. बोलणे कसले? तो एक धबधबाच होता!

विश्वनाथाचे ते तुफान वक्तृत्व ऐकता ऐकता आपण कॉलेजातच आहो असे मला वाटू लागले. रंगीत चिंध्यांमुळे सुरेख दिसणाऱ्या हेमासारख्या बाहुलीपेक्षा आपण दुसऱ्या एखाद्या मुलीशी लग्न करावे असा विचार माझ्या मनात आला.

तो विचार मनात येताच आत कुठेतरी खोल खोल ठेच लागल्यासारखे झाले. त्या वेदनेने कळवळून मी डोळे उघडले. धाकट्या विजयकरिता ठेवलेल्या मंद दिव्याच्या निळसर प्रकाशात मी कुशीवर वळलो. जवळच झोपलेली हेमा मला दिसली. तोंड थोडेसे उघडे पडलेले, एक वाकडा दात कसासाच दिसत असलेला, केस विसकटलेले, हातपाय अस्ताव्यस्तपणे टाकलेले, उजव्या दंडावरले चामखीळ गोचिडीसारखे चिकटून बसलेले. तिच्याकडे पाहताच माझ्या मनात आले, पुरुषाइतका मूर्ख प्राणी साऱ्या सृष्टीत दुसरा कुणी नसेल! आठ वर्षांपूर्वी या सामान्य स्त्रीला अप्सरा मानून आपण हिच्यामागे धावत सुटलो होतो. लग्नानंतर दोन-तीन वर्षे तरी या ओठात अमृताचे घडे भरले आहेत अशी आपली समजूत होती. पहिल्या प्रेमाचा कैफ होता तो. तो ओसरल्यावर खरी हेमा आपल्याला दिसू लागली. बिचारी चारचौघीसारखी आहे. साधारण बरा स्वयंपाक करणारी, घर मोठे सुंदर ठेवणारी, डाळिंबी रंगाची पातळे नि लुगडी आवडणारी, नवऱ्याने खूपखूप पैसे मिळवावेत आणि आपण मोठ्या मजेत राहावे या पलीकडे दुसरी कुठलीही इच्छा नसलेली, तीन बाळंतपणे होताच पोट सुटल्यामुळे पोक्त दिसू लागलेली, रेशन निवडताना सरकारच्या नावाने खडे फोडण्यापलीकडे राजकारण ठाऊक नसलेली, हळदीकुंकवाला किंवा नाटक-सिनेमाला जाताना आपण तरुण आहो ही गोष्ट न विसरणारी– कधी खसखसून हसणार नाही, खदखदून रडणार नाही अशी–

झोपलेल्या हेमाकडे पाहतापाहता आठ वर्षे झर्रकन माझ्या दृष्टीपुढून तरंगत गेली. जणूकाही फुलाफुलांतला मध चाखून भुर्रकन उडून जाणारी फुलपाखरेच! आठ वर्षे मी हेमावर प्रेम करीत आलो होतो. हेमानेही माझ्यावर प्रेम केले होते. आम्हाला तीन मुले झाली होती. नाटके–सिनेमांतल्या संसारात हटकून प्रवेश

करणारा दुसरा बुवा किंवा दुसरी बाई आमच्या घरात कधीच आली नव्हती. कादंबऱ्यांत प्रेमाचा मालमसाला भरपूर घालण्याची माझी पद्धत असल्यामुळे आमच्या घरी मध्यान्हकाळ प्रात:काळाइतकाच सौम्य व सुखकारक वाटत होता. लोक आमचा संसार फार सुखाचा आहे अशी स्तुती करीत होते.

पण–

कुठेतरी काहीतरी खटकत होते, चुकत होते. चार वर्षांची मीना ठोकळ्यांचा बंगला बांधू लागली म्हणजे जशी भांबावून जाते तशी माझी स्थिती झाली होती. बंगला बांधताना तिच्या कुठल्यातरी ठोकळ्याची जागा चुकते. मग बंगला काही केल्या पुरा होत नाही. बिचारी मीना धुसफुसते, मुसमुसते. बंगला तसाच अर्धवट राहतो!

मी आज 'प्रीतीचा शोध' किती हौसेने आणि हुरुपाने लिहायला घेणार होतो. चार दिवसांपूर्वी प्रकाशकांना नव्या कादंबरीचे हे नावसुद्धा कळवून चुकलो होतो मी! फडक्यांचा नायक, माडखोलकरांची नायिका, साने गुरुजींची देशभक्ती, खांडेकरांची सुभाषिते– नाना तऱ्हांनी ही कादंबरी मी मनात नटविली होती. माझ्या पूर्वीच्या कादंबरीपेक्षा ती अधिक लोकप्रिय होणार याविषयी मला मुळीच शंका नव्हती. अशा स्थितीत पहाटे पडलेल्या विश्वनाथाच्या त्या विचित्र स्वप्नाने मी दचकून जागे व्हावे, पलीकडे झोपलेल्या हेमाकडे पाहतापाहता गेली आठ वर्षे माझ्या दृष्टीपुढे उभी राहावीत आणि मग– निरभ्र आकाशातून विद्युत्पाद व्हावा तशी आत्मविश्वासाने भरलेल्या माझ्या मनात ती भयंकर कल्पना फडफडत चमकून जावी! सारेच विचित्र आणि अकल्पित.

निद्रित हेमाकडे पाहतापाहता माझे कादंबरी-मंदिर ढासळून गेले होते.

होय, हेमा आणि आपण आठ वर्षे पतिपत्नी म्हणून एकत्र काढली. आपण एकमेकांवर प्रेम केले. पण प्रेम आणि प्रीती ही एकच आहेत का? प्रेम केवळ पार्थिव असते का? पार्थिव प्रेम– शारीरिक प्रेम सारीच माणसे करतात– करतात कसली? त्यांना करावेच लागते ते! सर्कशीत शेळी आणि वाघ जवळजवळ येऊन उभे राहतात; अगदी एके ठिकाणी खातात-पितात तशी. हो तश्शीच म्हणायची. एक पुरुष आणि एक स्त्री लग्नमंडपात परस्परांना माळ घालतात. हा निसर्गाचा विजय आहे. आकाशाच्या निळ्या तंबूखाली आपल्या सर्कशीचे खेळ करून दाखविणाऱ्या या विश्वातल्या अदृश्य रिंगमास्तरच्या कडकडणाऱ्या चाबकाची करामत आहे ती! हेमा आणि वसंत– वसंत आणि हेमा– आठ वर्षांतली ती अगणित उत्कट चुंबने– दोघांच्या एक-जीवित्वाची साक्ष देणारी ती दृढ आलिंगने, नेत्रांनी केलेली मूक संभाषणे, प्रेमशय्येवर दिलेली जन्मोजन्मीच्या बंधनांची आश्वासने हे सारे स्वप्न होते? की ते एक गोड नाटक होते? घरोघर हेमा आणि वसंत हेच

नाटक करून आपली एकमेकांवर प्रीती आहे अशी आत्मवंचना करून घेत असतील काय? तरुणीला फरफरा गुहेत ओढीत नेणाऱ्या कामुक रानटी पुरुषाच्या वासनेचे एक सभ्य सुसंस्कृत रूप– लोहपिष्ठभक्षण करून तपश्चर्या करणाऱ्या विश्वामित्राला आपल्या सौंदर्याच्या जाळ्यात अडकवून शिकारीचा आनंद उपभोगणाऱ्या मेनकेची आधुनिक आवृत्ती–

यापलीकडे प्रेमाला काहीच अर्थ नाही का?

एखाद्या अंधळ्याने आपले रस्त्यावर पडलेले नाणे शोधायला सुरुवात करावी आणि त्याच्या हातात फक्त मातीच यावी तशी माझी स्थिती झाली. हेमाचे आणि माझे अनेक प्रेमप्रसंग मी आठवून पाहिले. माझ्या मनाचा संभ्रम अधिकच वाढला.

तिच्या माहेराजवळ असलेल्या एका मोठ्या गावी मी व्याख्यानाकरिता गेलो होतो. हेमा बाळंतीण होऊन तीन महिने होत आले होते. त्या दिवशी व्याख्यान चांगले झाले. पण रात्री काही केल्या आपल्याला झोप येईना! इथून अवघ्या चार मैलांवर हेमा आहे या कल्पनेने आपले मन बावचळले. माणसाच्या मनातल्या राखेच्या ढिगाखाली वासनेचा स्फुलिंग नेहमीच दडलेला असतो. स्वैर भटकणाऱ्या कल्पनेने ती राख हा हा म्हणता उडवून लावली, माझ्या मनातले निखारे फुलले, रसरशीत झाले. कोण काय म्हणेल याचे भान राहिले नाही. आता हेमाच्या माहेरी जायचे म्हणजे मध्यरात्री चार मैल किर्र रानातून गेले पाहिजे हे कळत होते. रात्र काळोखी होती. रानात सापांचे भय होते. पण माझे तळमळणारे मन– छे, माझे तडफडणारे शरीर– गप्प बसायला तयार नव्हते. त्या रात्री दीड वाजता मी सासुरवाडीला पोहोचलो. उद्या सकाळच्या गाडीने परत जायला हवे म्हणून इतक्या अपरात्री आलो अशी थाप मी सासूबाईंना मारली. त्यांना ती कितपत खरी वाटली ते देव जाणे! त्यांचे स्वत:चे काही खास अनुभव त्यांच्या संग्रही असतीलच की!

बायकोवर इतकी माया करणारा नवरा पाहिला नाही असे वारंवार उद्‌गारत सासूबाईंनी जावईबापूंचे कौतुक केले. प्रीतीच्या पायी मनुष्य किती साहस करतो यासंबंधी बैठकीत गोष्टी निघाल्या म्हणजे मीही माझ्या आयुष्यातला हा प्रसंग अगदी रंगवून सांगतो. मात्र हेमा फार आजारी आहे असे कुणीतरी व्याख्यान संपल्यावर मला सांगितले, अशी मूळच्या सत्यकथेत मी थोडीशी दुरुस्ती करतो. ती करताना राहूनराहून माझ्या मनात येते, आत्मचरित्रे बहुधा अशीच लिहिली जात असावीत!

कुठल्याही खाणीत उतरण्यापेक्षा स्वत:च्या अंत:करणात खोल जाणे फार कठीण आहे. अंधकाराने भरलेल्या या अनंत गव्हरात क्वचित प्रकाशाचा किरण दिसला तरी पावलापावलाला बुद्धी गुदमरू लागते. पहाटे झोपलेल्या हेमाकडे पाहतापाहता मलाही तोच अनुभव आला. वाऱ्याची झुळूक मिळावी म्हणून माझे गुदमरलेले मन फडफड करीत दुसरीकडे उडाले. क्षणार्धात ते विश्वनाथापाशी जाऊन

पोहोचले. कालिंदीचे आणि त्याचे लग्न झाले एवढेच पुढे मी ऐकले होते. यानंतर कुठल्याशा मोठ्या क्रिकेटच्या सामन्यात त्याची निवड झाल्याचेही मी एकदा वाचले होते. पण काही कारणाने त्या सामन्यात तो खेळला नाही, एवढेच मला आठवले. त्यानंतर मात्र त्याचा कुठेच पत्ता लागला नाही. माझ्या मनात आले, लग्नानंतर विश्वनाथाचा तो प्रीतीचा उन्माद तसाच कायम राहिला असेल काय? अजून तो नि कालिंदी मध्यरात्री गावाबाहेरच्या माळरानावर जाऊन एकमेकांच्या कानात नाजूक गुजगोष्टी कुजबुजत असतील काय?

मी स्वत:शीच हसलो. अभय, मीना आणि विजय यांच्याकडे माझी नजर गेली! कालिंदीलाही इतक्यात तीन-चार मुले झाली असतील. आतासुद्धा ती मध्यरात्री जागत असेल; नाही असे नाही. पण ते जाग्रण डांग्या खोकल्याने हैराण झालेल्या पोरांसाठी असेल! आणि विश्वनाथ? तो धबधबा तसाच वाहत राहिला आहे की, कोरडा पडला आहे? डोळ्यांखाली काळी वर्तुळे आल्यामुळे विचित्र दिसणाऱ्या आणि पोरांच्या किरकिरीने चिडखोर बनलेल्या कालिंदीच्या सहवासात त्याचा तो काव्यमय, पण बेछूट उन्माद शांत होत असेल काय? की तिच्याशी प्रतारणा करून त्याने स्वत:साठी दुसरे एखादे प्रीतिस्थान निर्माण करून घेतले असेल?

हो, तेच अधिक शक्य आहे. त्याच्या अंगी काही माझ्यासारखा संयम नव्हता! मनातले विचारचक्र गरगरू लागले. मग माझ्या कादंबरीतला नायक विश्वनाथाप्रमाणे का वागत नाही? तिच्यातल्या नायिकेचे वर्णन करताना हेमाच्या सौंदर्याचे अहोरात्र केलेले निरीक्षण आपण कुशलतेने वापरणार आहो. मग त्या नायिकेच्या मनाचे चित्रणही हेमाला पुढे ठेवूनच केले तर? छे! असली निर्जीव नायिका कुणालाही आवडणार नाही. चांदणे पाहून जी कित्येक वर्षांत पुलकित झाली नाही, जिच्या मनाचे पाखरू दैनंदिन जीवनक्रमाच्या पिंजऱ्याबाहेर पडून निळ्यानिळ्या आकाशात उडायला कधीच तयार होत नाही असली नीरस नायिका–

पण ती नीरस असली तरी खरी आहे ना?

मग–

म्हणजे आपली कादंबरी खोटी आहे! आपण जीवनाचे सत्यस्वरूप चित्रित न करता जे वाचकांना गुदगुल्या करते तेच गुळगुळीत शब्दांत सांगणार आहो. छे– ही वंचना कलावंताला शोभत नाही.

समुद्राच्या वाळवंटात काढलेली एखादी सुंदर आकृती भरतीच्या लाटांनी हा हा म्हणता पुसून टाकावी तशी पहाटेच्या या विचारांनी माझ्या संकल्पित कादंबरीची स्थिती करून सोडली. सकाळी चहा घेऊन लिहिण्याकरिता म्हणून मी माझ्या खोलीत येऊन बसलो खरा, पण–

पुन्हा माझे लक्ष समोरच्या त्या कागदाकडे गेले. प्रीतीचा शोध– प्रकरण पहिले– ही त्याच्यावरली अक्षरे आता मला वाचवेनात. टेबलावरला तो उंट आपल्याला वाकुल्या दाखवीत आहे असा भास झाला मला! गेल्या पाच-सहा वर्षांत पाच-सहा कादंबऱ्या लिहिल्या होत्या मी! पण एकाही वेळी मी असा अडलो नव्हतो, गोंधळलो नव्हतो, भ्रांतचित्त झालो नव्हतो. आज आपल्याला काय झाले आहे हेच मला कळेना! माणसाची हृदयक्रिया एकदम बंद पडते तशी लेखकाची प्रतिभाही क्षणार्धात संपुष्टात येते की काय–

दारावर टकटक आवाज झाला. मलाही खुर्चीवर बसणे ही शिक्षा वाटू लागली होती. मी झटकन उठून दार उघडले. दारात हेमा हसत उभी होती. तिच्या केशभूषेकडे मी पाहतच राहिलो. पहाटेपेक्षा किती निराळा दिसत होता तिचा चेहरा! ती हेमा आणि ही हेमा – ती पावसाळ्यातली ढगाळलेली उदास संध्याकाळ होती. ही वसंतातली उजळलेली उल्हसित सकाळ वाटली मला!

हेमिटली मिस्कीलपणाने हसतहसत म्हणाली, ''माझ्या हातात काय आहे ते ओळखा पाहू!''

''एखादी खर्चाची नवी बाब असेल!''

''नापास! बाब खर्चाची नाही; जमेची आहे!''

मी आश्चर्याने तिच्याकडे पाहू लागलो.

''मी एक गोड बातमी घेऊन आले आहे. त्या बातमीबद्दल चांगलं बक्षीस मिळायला हवं हं मला! दुसरंतिसरं काही चालणार नाही. मी परवा सांगितल्या होत्या त्या कुड्यांचं –''

''बाजारात तुरी नि भट–''

तिने पुढे केलेली तार मी वाचली. ती माझ्या प्रकाशकांची होती. त्यांनी लिहिले होते, 'कादंबरीचं नाव फार छान आहे. तीन आठवड्यांत लिहून द्याल तर दिवाळीला नक्की काढतो. तुमच्या बाकीच्या अटी मान्य आहेत.'

पहाटेपासून एखाद्या वेड्यासारखे कुठेतरी भटकतभटकत राहिलेले माझे मन एकदम स्थिर झाले. कादंबरी तीन आठवड्यांत पुरी करून द्यायचा निश्चय मी केला. हेमा म्हणत होती, ''घरी काही तुमच्या हातून वेळेवर काम व्हायचं नाही. मीनाच्या बाहुलीला पडसं झालं तरी तिची शिंक ऐकून तुम्ही खाली धावत येणार आणि मग कादंबरी लिहून होत नाही म्हणून डोक्यात राख घालणार. त्यापेक्षा कुठंतरी शांत जागी गेलात तरच–''

बायका स्वभावतःच व्यवहारचतुर असतात हे मला आज पुन्हा एकदा कळले. कादंबरी लिहिण्याकरिता मी कुठे जावे हेसुद्धा जिना चढताचढता हेमा मनात ठरवून आली होती. तिची ती योजना पाहून मी चकित झालो. पुरुषांपेक्षा बायकाच

सेनापतीचे काम अधिक चांगले करू शकतील असा एक ओझरता विचारही माझ्या मनात येऊन गेला. हेमाचा थोरला भाऊ इंजिनीअर होता. कोकणात कुठेतरी एक मोठा पूल बांधायचे काम चालले होते. त्या कामावर तो नुकताच रुजू झाला होता. तो राहत होता तिथल्या सुखसोयींची आणि सृष्टिसौंदर्याची वर्णने गेल्या पंधरवड्यात त्याच्या पत्रांतून मी वाचली होती.

सारी तयारी करून अभयला शाळेला पाठवावे ना, तशी हेमा दिवसभर माझ्या प्रवासाची पूर्वतयारी करू लागली. प्रीतीच्या शोधाचे पार्सल तिने दुसऱ्या दिवशी मोटारीवर चढविले!

* * *

मी दादांकडे आलो आणि दुसऱ्याच दिवशी कादंबरीचे पहिले प्रकरण लिहिले. कला ही प्रीतीची सख्खी बहीण आहे. दोघीही सारख्याच लहरी असतात याचा पूर्ण प्रत्यय आला मला!

दादांचे पुलाचे काम त्यांच्या राहत्या बंगलीपासून पाच मैलांवर कुठल्यातरी नदीजवळ चालले होते. ते सकाळी जात आणि संध्याकाळी परत येत. त्यामुळे दिवसाचा सारा वेळ मला निवांतपणे लिहायला मिळे. दादांच्या बंगलीतली माझी खोलीही मोठी सुंदर होती. खिडकीतून बाहेर पाहिले की, एक भला उंच माड उन्हात डौलाने डुलताना दिसे. त्या माडाकडे दृष्टी गेली की, माझी सारी महत्त्वाकांक्षा जागृत होई. आपल्या कलेने असेच उंच-उंच जावे अशा प्रेरणेने मन फुलून जाई. बाहेरची हिरवीगार सृष्टी केव्हाही पाहिली तरी मनाला मोठी प्रसन्नता वाटे. हिरवा शालू नेसून आलेली गर्भवती तरुणीच जणूकाही आपल्यापुढे लाजत उभी आहे असा भास होई. स्वतःच्याच नादात गुंगून जाणाऱ्या कवीप्रमाणे एखादे रंगीबेरंगी फुलपाखरू खिडकीतून चुकून आत येई. माझ्या लिहिलेल्या कागदांवर ते क्षणभर बसले म्हणजे मला वाटे, फुलांप्रमाणे या कागदांतल्या रसाचा आस्वाद घेण्याची शक्ती देवाने या चिमण्या जिवाला दिली असती तर काय बहार झाली असती! मग माझी कादंबरी रंगत आहे की नाही हे मला निश्चित कळले असते.

दादा दररोज सकाळी मोटारीत बसताना म्हणत, "काय येणार का आमचा पूल पाहायला वसंतराव?" मी उत्तर देत असे, "कुठलीही कलाकृती रसिकानं अर्धवट पाहू नये. मग ती कादंबरी असो अथवा पूल असो. आता मी अरसिक आहे असंच तुमचं मत असलं तर येतो बापडा तुच्याबरोबर!"

पंधरा दिवस एखाद्या स्वप्नाप्रमाणे गेले. माझ्या हिशेबाने आता फक्त तीन दिवसांचे काम राहिले होते. हेमाला तसे कळविलेसुद्धा मी! नव्या कुड्या कानांत घालून त्या आपल्याला दाखवायला ती आली म्हणजे तिची कशी थट्टा करायची

या कल्पनेशी क्रीडा करीत संध्याकाळी अंगणातल्या आरामखुर्चीत डोळे मिटून मी पडून राहिलो. दादांच्या मोटारीचा हॉर्न वाजला तेव्हा कुठे माझ्या त्या गाढ तंद्रीचा भंग झाला. दादा अंगणात आले. त्यांच्या हातांत कागदात गुंडाळलेले चौकोनी आकाराचे काहीतरी दिसत होते ब्ल्यू प्रिंटसारखे. इंजिनीयरला अनेक नातेवाईक असतात, त्यातलेच हे प्रकरण असावे असे मला वाटले. पण ते दाखवीत दादा म्हणाले, ''हे चित्र पाहिलंत का?''

दादा स्नान करायला निघून गेले. त्यांनी उघडून दिलेल्या चित्राकडे मी पाहिले मात्र, विजेचा धक्का बसून साऱ्या शरीरात अणू नि अणू कंपित व्हावा तशी माझी स्थिती झाली. चित्र पौराणिक होते. सीतेच्या अग्निदिव्याचे दृश्य होते ते! पण त्या चित्रातील सीता पाहून मला कालिंदीची - अगदी कॉलेजातल्या कालिंदीची - त्या सौंदर्यराणीची आठवण झाली.

कालिंदी -विश्वनाथ – त्यांचे ते विवाहपूर्व उन्मत्त प्रेम -ती दोघे आज कुठे असतील? दादांना हे चित्र कोणी दिले? अपघाताच्या जागी माणसे जशी भराभर जमा होतात तसे माझ्या मनात कितीतरी प्रश्न गर्दी करू लागले.

हा चित्रकार पुलाजवळच एका झोपडीवजा घरात राहतो असे दादांनी सांगितले तेव्हा मी निराश झालो. विश्वनाथ स्वभावाने रंगेल होता; घरचाही खाऊनपिऊन सुखी होता. कॉलेजमध्ये जीवनाच्या प्याल्यातले प्रत्येक प्रकारचे उन्मादक पेय तो प्याला होता. असा मस्त मनुष्य या बाजूच्या खेड्यात कशाला येऊन राहील? पण चित्रातल्या सीतेचे कालिंदीशी असलेले ते साम्य – ते मला क्षणोक्षणी अस्वस्थ करू लागले.

मी म्हटले, ''दादा, हा चित्रकार सृष्टिसौंदर्य शोधीत इथं आलाय वाटतं?'' ते उत्तरले, ''छे! आज पाच-सहा वर्षे तो गृहस्थ इथं राहतोय म्हणे!''

पाच-सहा वर्षे विश्वनाथ एखाद्या खेड्यात स्वतःला कोंडून घेईल ही अशक्य गोष्ट होती. सह्याद्रीच्या कुशीत एखाद्या बालकाप्रमाणे शांतपणे झोपलेल्या या खेड्यात त्याच्या स्वाभाविक उन्मादाची तृप्ती करील असे काय होते?

मी अधिकच अस्वस्थ झालो. ''हा गृहस्थ उद्योग तरी काय करतो?'' मी प्रश्न केला.

''मलासुद्धा काही नीट कल्पना नाही. मी आल्यापासून पाहतोय. मधूनमधून त्या बाजूला दिसतो तो. मोठा गोड मनुष्य आहे. त्याला तिथं न मिळणाऱ्या वस्तू दोनतीन वेळा मी मोटारीतून नेऊन दिल्या. या साध्या गोष्टीचंच ओझं वाटू लागलं त्याला. आज स्वारी हे चित्र मला द्यायला आली तेव्हा कुठं ती चित्रं काढते याचा पत्ता लागला मला.''

जेवण झाल्यावर कितीतरी वेळ मी त्या चित्राकडे टक लावून पाहत बसलो

होतो. नित्यक्रमाप्रमाणे दुसऱ्या दिवशी लिहायच्या प्रकरणाचा विचार करण्याचा मी प्रयत्न केला, पण माझे चित्त त्यात रमेना. कॉलेजातले ते अवखळ, पण मधुर दिवस डोळ्यांपुढून जाऊ लागले. तो क्रिकेटपटू विश्वनाथ– हा पुढे देवधर नाहीतर नायडू होणार असे प्रिन्सिपॉल, बहुतेक पोरी आणि निम्मीशिम्मी पोरे म्हणत. कॉलेजची सौंदर्यराणी म्हणून गाजलेली ती कालिंदी– ही देविकाराणीप्रमाणे पुढे नटी म्हणून चमकणार असे सारी पोरे आणि थोड्या मुली भविष्य वर्तवीत. ती दोघे इथे आली आहेत? की विश्वनाथ एकटाच? कालिंदी त्याला सोडूनबिडून तर गेली नसेल ना? तिच्या मानाने त्याचे रूप साधारणच होते. तिच्या श्रीमंतीच्या मानाने घरचाही तो मध्यमच. आईबाप लहानपणी वारलेले. अशा स्थितीत कालिंदीच्या सौंदर्यावरून आपले सर्वस्व ओवाळून टाकणारा एखादा विलासी कुबेर या दोघांच्या आयुष्यात आला असला– प्रेमभंगाच्या या जबर जखमेचे दुःख असह्य होऊन विश्वनाथाने या एकांताचा आश्रय केला असेल? नाही कुणी म्हणावे! जखमी वाघ कुठेतरी एका बाजूला जाऊन कण्हत पडतो ना? तसा तो–

मी स्वतःलाच हसलो. माझ्या मनात आले, कादंबरीकाराचा धंदा फार वाईट. या धंद्यामुळे त्याची कल्पना पावलोपावली तर्कट रचू लागते. अभयच्या टॉन्सिल्स काढल्या तेव्हा तो शुद्धीवर यायला जरा वेळ लागला. तेवढ्या वेळात त्याच्या मृत्यूच्या कल्पनेने वेडी झालेली हेमा मनश्चक्षूपुढे उभी राहिली होती. तसेच हे काहीतरी वेडेवाकडे– जाऊ द्या. उद्या सकाळी दादांच्या बरोबर आपण पुलावर जाऊ नि हा गृहस्थ कोण आहे ते पाहू. कदाचित तो विश्वनाथ नसेलही. कॉलेजात कालिंदीसाठी पागल झालेली पोरे पुष्कळ होती. त्यातलाच हा कुणीतरी चित्रकलेचा नाद असलेला वेडापीर असेल!

पहाटे लवकर उठायला हवे म्हणून दिवा मालवून मी अंथरुणावर पडलो. पण काही केल्या झोप येईना. हेमाच्या सहवासातल्या गोड आठवणींत मन रमवून पाहिले. गोष्टीचा हट्ट धरणारी मीना डोळ्यांपुढे उभी केली. 'प्रीतीचा शोध' दिवाळीला प्रसिद्ध झाल्यावर तिचा जो बोलबाला होईल त्याच्या कैफात मन घोळविले. पण छे!

शेवटी मी ताडकन उठलो आणि मोटारीतून जरा पुलापर्यंत जाऊन येतो म्हणून दादांना सांगितले. हातातले वुडहाउसचे पुस्तक बाजूला करून ते आश्चर्याने माझ्याकडे पाहू लागले. त्यांचे समाधान करण्याकरिता मी म्हटले, "अशाच एका पुलावर माझ्या कादंबरीत एक मोठी विचित्र घटना घडली आहे. अगदी ऐन मध्यरात्री. तिचं हुबेहूब वर्णन करता यावं म्हणून–''

* * *

कुणीतरी काळोखातच दार उघडले. हातातल्या बॅटरीच्या प्रकाशात मी पाहिले. विश्वनाथच समोर उभा होता! प्रखर प्रकाशात त्याच्या कपाळावरले करडे होऊ लागलेले केसांचे पुंजके मोठे विचित्र दिसले मला. त्याच्यावर इतक्या लवकर ही वार्धक्याची छाया का पडावी?

तोंडावर बोट ठेवून तो हळूच म्हणाला, "कालिंदीला नुकतीच झोप लागली आहे. आपण बाहेर बोलत बसू या." लगेच दार ओढून घेऊन तो पुढे आला. मी त्याला बॅटरी देऊ लागलो. पण त्याने ती घेतली नाही. 'अंधार हा प्रकाशापेक्षाही माणसाचा मोठा मित्र आहे.' असे काहीतरी तो म्हणाला तेव्हा तर मी अधिकच गोंधळात पडलो.

त्या छोट्या कौलारू घरापासून सुमारे हाकेच्या अंतरावर एक भलामोठा खडक होता, बैलाच्या वशिंडासारखा. आम्ही मुकाट्याने तिथे जाऊन बसलो. दूर कुठेतरी पाणी हळूहळू झुळझुळत होते. झोप चाळवल्यामुळे बाळाचे वाळे वाजत राहावेत किंवा दळायला बसलेल्या स्त्रीने ओव्या गुणगुणत राहावे तसा काहीतरी भास झाला मला जलवंतीचा तो कलरव ऐकून.

विश्वनाथाने माझी सर्व हकिकत विचारून घेतली. मला तीन मुले आहेत असे ऐकताच तो केवढ्या मोठ्याने हसला! मग तो उद्गारला, "हेमा तीन मुलांची आई झाली? त्या पाच फुटांच्या बाहुलीला तीन मुले झाली?" माझी हकिकत संपल्यावर तो म्हणाला, "वसंत, तुझी प्रत्येक नवी कादंबरी वाचतो मी. माझा एक मित्र प्रसिद्ध लेखक झाला म्हणून फार बरं वाटतंय मला! पण खरं सांगू? तू नुसत्या डोक्यानं लिहितोस. बेट्या, त्यात जरा काळजाचा तुकडा घालीत जा. अगदी लहान असला तरी हरकत नाही. पण अस्सल काळजाचा तुकडा हवा! त्याशिवाय-"

मी गोंधळलो. त्याला काय उत्तर द्यावे ते मला कळेना!

माझ्या खांद्यावर विश्वनाथाने हात ठेवला. क्षणभराने तो माझ्या उजव्या दंडावरून फिरविला. मग त्याने माझी पाठ थोपटली. त्याच्या स्पर्शातल्या स्निग्धपणाने मी मुग्ध झालो. क्षणभर स्तब्ध राहून त्याने आवंढा गिळला. मग तो म्हणाला, "खरं सांगतो म्हणून रागावू नकोस! तुझ्या कादंबऱ्यांचं सौंदर्य नकली वाटतं मला. एखाद्यानं वरवर पुस्तक चाळावं ना? तसा तू जीवनाकडे पाहतो आहेस. तुझी पात्रं सुखानं धुंद होत नाहीत, दुःखानं वेडी होत नाहीत. ती सपक, अळणी, खुजी वाटतात मला! क्षणभंगुर गोष्टींच्या गजानं जीवनाची उंची मोजायला तू निघाला आहेस. तुझा तरी त्यात काय दोष आहे? पैसा, कीर्ती, बंगला, मोटार ही आजकाल माणसाच्या मोठेपणाची मापं होऊन बसली आहेत. पण – वसंत, सुगंध कधी चिपट्यामापट्यानं मोजता येतो का? माणसाचा आत्माही तसाच आहे. पण आजकाल जीवनाच्या या बाजारात - असल्या क्षुद्र मापांनी प्रीती, नीती, कला– छे!

आपण सारे नटवेपणाला भुलून आत्म्याच्या साक्षात्कारापासून दूर दूर जात आहोत!''

धबधबा कोरडा पडला नव्हता हे माझ्या लक्षात आले.

विश्वनाथ पुढे बोलू लागला, ''मी चित्रं काढीत असलो तरी कलेमध्ये मला फारसं काही कळत नाही. पण प्रीती? प्रीती जितकी मोहक तितकीच दाहक, जितकी दाहक तितकीच संजीवक आहे हा अनुभव मी घेतला आहे. मात्र तुमच्या शंभर कादंबऱ्या वाचून तो मला एकदासुद्धा आलेला नाही. प्रीतीचा प्याला प्रथम मद्यानं भरलेला असतो. मद्य संपलं की, तिथं विष निर्माण होतं. हे विष जो पचवितो त्यालाच तिथं अमृत मिळतं.''

ही काही एखाद्या वेड्याची अर्थशून्य बडबड नव्हती हे मला जाणवले. त्याच्या बोलण्यात अनुभूतीची तीव्रता आणि आर्तता होती. त्याचा प्रीतीचा अनुभव ऐकायची विलक्षण उत्सुकता माझ्या मनात निर्माण झाली. पण–

दूर क्षितिजावर एक चांदणी चमचम करीत होती. तिच्यावरील दृष्टी माझ्यावर वळवून विश्वनाथ म्हणाला, ''माझाच अनुभव सांगतो तुला! कॉलेजात माझ्या क्रिकेटवर खूश होऊन कालिंदी माझ्याभोवती पिंगा घालू लागली. तिची माझी मैत्री वाढत चालली. वडील माणसांनी भीतीनं आणि कॉलेजातल्या पोरापोरींनी मत्सरानं आमच्याविषयी नाही नाही त्या शंका घ्यायला सुरुवात केली. त्यांच्या विरोधामुळं आम्ही फाजील धीट झालो. करू नयेत त्या गोष्टी केल्या. त्यांचा अजूनही मला मुळीच पश्चात्ताप होत नाही. तारुण्य हे असंच अवखळ, अमर्याद असायचं! तो उन्माद उपभोगताना आपल्याला प्रीतीचा लाभ झाला असं मला वाटलं. पुढं आमचं लग्न झालं. एक-दोन वर्षांतच माझ्या डोळ्यांवरली धुंदी उतरली. मी जिला मिठी मारली ती प्रीती नव्हती, ती आसक्ती होती. लवकरच आमचे खटके उडू लागले. वडिलांच्या इच्छेविरुद्ध लग्न केल्यामुळं कालिंदीला माहेर वर्ज्य झालं होतं. सासरी होता सारा चुलत कारभार! मी कुठंतरी नोकरी करून स्वतंत्र बिऱ्हाड थाटावं असा तिनं हट्ट धरला. पण मला क्रिकेटचा नशा चढला होता. एका मोठ्या सामन्यात माझी निवड झाली तेव्हा तर मला स्वर्ग दोन बोटं उरला.''

''त्या सामन्याच्या वेळी तू आजारी पडलास वाटतं?'' मी सहानुभूतिपूर्ण स्वराने प्रश्न केला.

विश्वनाथ हसत उत्तरला, ''मी नाही, कालिंदी आजारी पडली. मी तिला मुंबईच्या तज्ज्ञ डॉक्टरांना दाखवायला घेऊन गेलो. दवाखान्यात मी गेलो तेव्हा आभाळातल्या गुलाबी ढगांवर मी तरंगत होतो. त्यातून मी बाहेर पडलो तेव्हा खोलखोल पाताळात मला कुणीतरी पुरून टाकीत आहे असं– जो रोग वैऱ्यालासुद्धा होऊ नये असं मी म्हटलं असतं तो कालिंदीला झाला होता. डॉक्टरांनी मला स्पष्ट सांगितलं, हा महारोग आहे...!''

“महारोग!” मी कंपयुक्त स्वराने चीत्कारलो.

विश्वनाथ किंचित घोगऱ्या आवाजात बोलू लागला, “कालिंदीला घेऊन मी घरी आलो. पुष्कळ उपचार केले. गुण दिसेना. घरातली माणसं तिच्यापासून दूर दूर राहू लागली, तिच्याकडे तिरस्कारानं पाहू लागली. तिला एखाद्या इस्पितळात ठेवून दुसरं लग्न करायचा सल्ला दिला मला चुलत्यांनी! मलाही तो पटू लागला. कामुक मनुष्य रक्ताला चटावलेल्या वाघासारखा असतो. रानात भक्ष्य मिळालं नाही म्हणजे तो वाघ जसा मनुष्यवस्तीत घुसतो तशी माझ्या मनाची स्थिती होऊ पाहत होती. कुठल्याही तरुण स्त्रीकडं पाहिलं की, माझं मन बावचळून जाई. मनाची तगमग आणि शरीराची धगधग काही केल्या थांबेना. असं आतल्या आत पिचण्यापेक्षा व्यभिचार करावा, बाहेरख्याली व्हावं; ते जमत नसलं तर दुसरं लग्न करावं असं माझ्या मनानं घेतलं.”

बोलता बोलता विश्वनाथ एकदम थांबला. तो सद्‌गदित स्वराने म्हणाला, “क्षमा कर मला, वसंत! मी देव नाही, एक साधा मनुष्य आहे.”

“आपण सारीच माणसं आहोत!” मी त्याच्या पाठीवरून हात फिरवीत म्हटले.

“माणूस रक्तामांसाचा असतो. ते रक्तमांस नीती जाणत नाही, न्याय ओळखीत नाही, काव्य त्याला अडवू शकत नाही, धर्म त्याला पायबंद घालू शकत नाही. एका रात्री माझं चिडलेलं शरीर बेफाम झालं. सोक्षमोक्ष करून घ्यायचं मी ठरविलं. मी अंथरुणावर उठून बसलो. मी काही बोलणार इतक्यात कालिंदी आपल्या अंथरुणावरून उठून माझ्याजवळ आली. माझ्या हातात एक पुडी देत ती म्हणाली, ‘हे विष आहे. पण ते घ्यायचा धीर मला होईना! तुम्ही ते मला द्या! तुमच्या हातांनी मला मरण येऊ द्या. म्हणजे मरताना मला विषाच्या वेदनासुद्धा होणार नाहीत. मी मेले की तुमची सुटका होईल.’ ”

विश्वनाथ एकदम स्तब्ध झाला. पलीकडे काहीतरी सळसळल्यासारखे वाटले. सापाच्या भयाने मी दचकलो. विश्वनाथ हसून म्हणाला, “घाबरू नकोस असा. माणूस सापाला भितो तसा सापही माणसाला भितो. काय सांगत होतो मी तुला? ती रात्र– त्या रात्री सप्तपाताळात पुरून ठेवलेलं माझं मन मोकळं होत आहे असा मला भास झाला. मी कालिंदीकडे पाहिलं. ‘तू माझी ना?’, ‘तू माझी– अगदी माझी एकट्याची?’ असे प्रश्न जिला एकांतात शेकडो वेळा मी मोठ्या प्रेमभरानं विचारले होते आणि आपलं मस्तक माझ्या खांद्याला घाशीत किंवा कुशीत लपवीत जिनं शेकडो वेळा त्या प्रश्नांचं होकारार्थी उत्तर दिलं होतं ती कालिंदी मला आपला प्राण घ्यायला सांगत होती! मृत्यू जीवनावर मात करीत होता. शरीर आत्म्याला पराभूत करू पाहत होतं. तो प्रीतीचा पराभव, तो जीवनाचा अपमृत्यू मला पाहवेना!

वासनांपेक्षा निराळी अशी काही शक्ती आपल्यामध्ये आहे असं त्या क्षणापर्यंत मला वाटलं नव्हतं! पण त्या ज्योतीचा साक्षात्कार मला त्या क्षणी झाला! कालिंदीच्या हातातली पुडी घेऊन मी ती खिडकीबाहेरच्या गटारात फेकून दिली. उद्दाम उपभोगानं कधीही न दिलेला आनंद माझ्या हृदयाला पुलकित करून गेला. त्या क्षणापासून माझ्या आसक्तीचं रूपांतर प्रीतीत होऊ लागलं. गेली पाच-सहा वर्ष त्या निरपेक्ष प्रीतीच्या बळावर मी हसतमुख राहिलो. कालिंदीची सेवा केली. खऱ्याखुऱ्या अर्थानं जीवन जगलो. परिचित लोकांच्या तिरस्काराचा आणि बहिष्काराचा परिणाम तिच्यावर होऊ नये म्हणून पाच वर्षांपूर्वी मी तिला इथं घेऊन आलो.''

"तुझी इथं कुणाशी ओळख होती?"

"छे! त्याच वेळी इथल्या पुलासंबंधी वर्तमानपत्रांत काही चर्चा चालली होती. ती मी सहज वाचली. या जागेच्या निवांतपणाची मला कल्पना आली. कालिंदीला इकडे घेऊन आलो. आता मात्र मला वाटतं, या पुलाचा आणि कालिंदीच्या आजाराचा काहीतरी संबंध असावा. पुलाचं काम लवकरच पुरं होईल. कालिंदीही लवकरच बरी होईल.''

पूल, कालिंदीचा आजार, माझी कादंबरी या तिन्हींचाही काहीतरी संबंध आहे असे मला वाटू लागले. मी लिहिलेली ती नि:सत्त्व, निर्जीव कादंबरी– हेमा चिडेल; चिडू दे. प्रकाशक रागावेल; रागावू दे! ही नकली कादंबरी आपण छापायला द्यायची नाही असा मी मनाशी निश्चय केला. माझ्या डोळ्यांवरली झापड उडत आहे, माझ्या मनाच्या बेड्या गळून पडत आहेत, असा मला भास झाला.

विश्वनाथाप्रमाणे मीही समोरच्या चांदणीकडे निश्चल नजरेने पाहू लागलो.

१९४९

ℭ

www.ingramcontent.com/pod-product-compliance
Lightning Source LLC
LaVergne TN
LVHW020005230825
819400LV00033B/1015